சோ. தர்மன்
வாழ்வும் படைப்பும்

சோ. தர்மன்
வாழ்வும் படைப்பும்

முனைவர் **கோ. சந்தனமாரியம்மாள்**

யாப்பு

சோ.தர்மன் வாழ்வும் படைப்பும் • ஆசிரியர்: கோ. சந்தனமாரியம்மாள்© • முதல் பதிப்பு: அக்டோபர், 2023 • பக்கங்கள்: 148 • வடிவமைப்பு: அ. சிவக்குமார் – லிம்ஸ் டேட்டா சொலுஷன் • அட்டை வடிவமைப்பு: பிரபாகர் • ஒளிப்படங்கள் : பா. முருகன் • வெளியீடு: யாப்பு வெளியீடு, 5, ஏரிக்கரைச் சாலை, 2ஆவது தெரு, சீனிவாசபுரம், கொரட்டூர், சென்னை-600 076 • பேச: 9080514506 • அச்சு: ஆதவன் ஆர்ட் பிரிண்ட் சென்னை சென்னை-116.

விலை: 160/-

Cho.Dharman Vaazhvum Padaippum • Author: G.Santhanamariammal© • First Edition : October, 2023 • Pages 148 • layout : A.Sivakumar - Lims Data Solution • Cover design: Prabakar • photos : Pa.Murugan • Published by: KAANJI is an imprint of YAAPPU VELIYEEDU, No. 5, Erikkarai Salai 2nd street, Srinivasapuram, Korattur, Chennai-600 076 • Cell: 9080514506 • Printed at : Aadhavan Art Print Chennai -116.

Rs. 160/-
ISBN : 978-81-963403-0-8

உள்ளடக்கம்

முன்னுரை 7
1 சோ.தர்மன் வாழ்வுப் பின்புலம் 11
2 சோ.தர்மன் படைப்புகள் 49
3 சோ.தர்மனின் சமூகச் செயல்பாடுகள் 125

முன்னுரை

அனுபவம் ஒன்றே ஒரு மனிதனைச் சிந்தனையாளனாக மாற்றுகிறது. சமூகத்தில் நடக்கும் அறமற்ற செயல்களைக் கேள்விக்குட்படுத்தும் மாற்றுச் சிந்தனை கொண்டவர்களாகப் படைப்பாளிகள் விளங்குகின்றனர். கடந்து வந்த வாழ்க்கைப் பயண அனுபவங்கள், சமூகத்தில் தான் காணும் பிரச்சினைகள் படைப்புகளுக்குக் களமாக அமைகின்றன. இப்படைப்புகள் வாசகர் மனதில் கேள்விகளை எழுப்புவதோடு சிக்கல்களுக்கான தீர்வு குறித்துச் சிந்திக்க வைக்கும் ஆற்றல் கொண்டதாகவும் அமைகின்றன. மொழிக்கு வளம் சேர்ப்பது மட்டுமல்லாமல் மனித மனத்தை வளப்படுத்தும் பங்களிப்பையும் படைப்புகள் செய்கின்றன.

படைப்பாளர் சோ.தர்மன் கால மாற்றத்திற்கேற்ப கருக்களைக் கையிலெடுத்து வெற்றிகண்டவர். இவரது படைப்புகள் எதார்த்தமானவை. படைப்புகள் மட்டுமல்ல தர்மனும் மிக எதார்த்தமானவர். பத்தாம் வகுப்பு படித்துவிட்டு பஞ்சாலைத் தொழிலாளியாகப் பணியாற்றிய இவர், எழுத்துக்களின் மூலம் இலக்கிய உலகைத் தன்பக்கம் திரும்பிப் பார்க்கச் செய்தவர். சூல் நாவலுக்காக இந்திய அரசு 2019 ஆம் ஆண்டிற்கான சாகித்ய அகாதெமி விருதினை அளித்து இவரைச் சிறப்பித்தது.

பல இளைஞர்களை படைப்பாளிகளாக உருவாக்கிக்கொண்டும் வருகிறார். சமூகத்தில் எழுத்தின் வழியாகச் சாதித்த ஒருவரின் வாழ்க்கை பகிரப்படும்போது அது பலருக்குத் தூண்டுகோலாக அமையும் என்பதைக் கருத்திற் கொண்டு எழுத்தாளரை அணுகினேன். அவரும் மகிச்சியோடு தன் வாழ்க்கை அனுபவங்களைப் பகிர்ந்து கொண்டார். வாழ்வின் மேம்பட்ட பகுதிகளை மட்டும் பகிராமல் இளமைக்கால நிகழ்வுகள் குறித்து மிக வெளிப்படைத்தன்மையோடு பகிர்ந்துகொண்ட எழுத்தாளருக்கு நன்றியைத் தெரிவித்துக் கொள்கின்றேன்.

கோவில்பட்டி எனக்குச் சொந்த ஊர் என்றாலும் படித்ததும் பணி செய்ததும் தஞ்சை மண்ணில். முனைவர் பட்ட ஆய்வு மேற்கொண்டபோது என்னுடைய நெறியாளர் பேராசிரியர் துரை சீனிச்சாமி அவர்கள் 'உங்க ஊர்க்காரர் எழுதியது. இதைப் படித்துவிட்டு ஒரு விமர்சனக் கட்டுரை எழுதிட்டு வா' என்று கூறி தூர்வை புதினத்தை என்னிடம் கொடுத்தார்.

வட்டார வழக்கு நடை கொண்ட புதினத்தை முதன்முதலில் வாசிக்கும்போது வேகமாக வாசித்துக் கடக்க முடியவில்லை. ஆனாலும் அதில் வரக்கூடிய சொல்லாடல்கள் என்னைக் கவர்ந்தன. அடுத்தடுத்து அவரின் கதைகளை விரும்பிப் படிக்க ஆரம்பித்தேன். மினுத்தானையும் மாடத்தியையும் என் தாத்தா பாட்டியின் உருவமாய்க் கண்டேன். வட்டார வழக்குகள் நாகரிக வளர்ச்சியால் அழிந்து கொண்டு வரும் நிலையில் தன் படைப்புகளின் வழி அவற்றை மீட்டுக் கொண்டு வந்திருக்கிறார் தர்மன்.

அவருடைய படைப்புகளை முழுமையாக வாசித்த நான் அவரின் வாழ்க்கை வரலாற்றை எழுதுவதில் மகிழ்ச்சியடைகிறேன். இந்நூலைச் செம்மைப்படுத்தியும் வெளிக்கொண்டுவரவும் எனக்கு வழிகாட்டிய சகோதரர் ஏர்.மகாராசன் அவர்களுக்கும், இந்நூலை வெளியிட்டு உதவிய யாப்பு பதிப்பகத்திற்கும் என் நன்றியை உரித்தாக்கிக் கொள்கின்றேன்.

முனைவர் கோ.சந்தனமாரியம்மாள்
இணைப் பேராசிரியர்
தமிழ்த்துறை
அரசு கலை அறிவியல் கல்லூரி
கோவில்பட்டி.

***

சோ.தர்மன்
வாழ்வுப் பின்புலம்

1
சோ.தர்மன் வாழ்வுப் பின்புலம்

கரிசலும் கலைஞர்களும்

பெரும்பாலும் மழையை நம்பியே இருக்கும் கரிசல் நிலத்தை வானம் பார்த்த பூமி என்பர். மண்ணையும் மழையையும் நம்பி வாழும் இக்கரிசல் பகுதி விவசாய மக்களின் வாழ்வியல் தனித்தன்மை கொண்டதாகும். இக்கரிசல் மண் பற்றி "இருநிலக் கரம்பைப் படுநீராடி" என்று பெரும்பாணாற்றுப்படை கூறுகிறது. "விடுநிலக் கரம்பை விடரளை நிறைய" என்று பதிற்றுப்பத்து பதிவு செய்திருக்கிறது. 'கன்னங்கரிய எள்ளுப் புண்ணாக்கினைப் போன்றது கரிசல் நிலம்' என்கிறார் கி.ராஜநாராயணன்.

மழைக்காலத்தில் மட்டுமே பசுமையாய்க் காட்சி தரும். மற்ற காலங்களில் பசுமையின்றி விரித்துப் போட்ட கருப்புக் கம்பளமாய்க் காட்சி தரும். வறட்சியிலும் மழையின் செழிப்பிலும் தங்களை மாற்றிக் கொள்ளாத மனம் கொண்ட மனிதர்கள். ஓயாத உழைப்பும் மன உறுதியும் கொண்ட விவசாயிகள் நிறைந்த கரிசல் வட்டாரம் கோவில்பட்டி. கரிசலில் மழை பெய்யும் அழகை, கரிய மண் முதலில் ஆவி உமிழ்ந்து புகைகிறது. பின் அதன் உயிர் மணம் வெளிவருகிறது. அந்த மணத்தைக் குறிக்கும்போது கி.ரா 'விந்துவின் வாசனை' போன்றது என்று குறிப்பிடுகின்றார்.

கம்பும் சோளமும் கேழ்வரகும் பருத்தியும் செழிப்பாய் வளர்ந்தாலும் சில மாதங்கள் நிலம் வெறிச்சோடிக் கிடக்கிறது. கந்தக வாசனை நிரம்பிய இந்தக் கரிசல் பகுதியான கோவில்பட்டி வட்டாரத்தில் பிறந்து சாதனைகள் படைத்த எழுத்தாளர்கள், கலைஞர்கள், ஓவியர்கள், திரைப்படத்துறையினர், பத்திரிக்கையாளர்கள், இசைக் கலைஞர்கள், அறிவியல் அறிஞர்கள் ஏராளம்.

கோவில்பட்டியும் இலக்கியப் படைப்பாளுமைகளும்

தமிழ் இலக்கிய உலகில் முக்கியப் படைப்பாளுமை கொண்ட எழுத்தாளர்களை உருவாக்கிய நகரம் கோவில்பட்டி. கு.அழகிரிசாமி, கி.ராஜநாராயணன், பூமணி, சோ.தர்மன், கோணங்கி, தேவதச்சன், ச.தமிழ்ச் செல்வன், உதயசங்கர், கௌரிசங்கர், வித்யாசங்கர், எம்.எஸ். சண்முகம், அ.மாரிஸ், அப்பணசாமி, நாறும்பூநாதன், முருகபூபதி, திடவை பொன்னுச்சாமி, திருநாவுக்கரசு,சாரதி கறுத்தடையான் ஆகியோர் இலக்கியப் படைப்பாளர்களாவர். பன்முகத் தன்மை கொண்ட தமிழ் இலக்கியத்தில் வட்டார மண் சார்ந்த இலக்கியம் இன்றைக்கு சிறப்பிடம் பெறுகின்றது.

நாம் நம் அழகைப் பார்க்கக் கண்ணாடியை நாடுவது போல கரிசல் வட்டார மக்களைப் பற்றி அறிந்துகொள்ள அவ்வட்டார இலக்கியங்கள் பயன்படுகின்றன. நம்முன் வாழ்க்கையை அப்படியே படம் பிடித்துக் காட்டும் வேலையை இவ்விலக்கியங்கள் செய்கின்றன. கரிசல் வட்டாரம் என்றதும் நினைவுக்கு வரும் படைப்பாளி கி.ரா. அவரின் யதார்த்த நடையையும் மீறி கரிசல் நிலத்தின் மொழியை அப்படியே பதிவு செய்தவர் பூமணி.

அதற்கடுத்த நிலையில் 1980-களில் எழுதத் தொடங்கிய கரிசல் இலக்கியத்தின் மூன்றாம் தலைமுறை எழுத்தாளர் சோ.தர்மன். தன் எழுத்துக்கள் மூலம் கரிசல் நில மொழியைக் கூர்மையாக்கி தனித்த அடையாளத்தைப் பதித்தவர். சமகால இலக்கியப் பரப்பில் மறுக்க முடியாத படைப்பாளி.

உருளைக்குடியில் இலக்கிய உதயம்

திருநெல்வேலி மாவட்டத்திலிருந்து சில பகுதிகளைப் பிரித்து 1985-ஆம் ஆண்டு தூத்துக்குடி மாவட்டம் உருவாக்கப்பட்டது. இம்மாவட்டத்தின் குறிப்பிடத்தகுந்த வருவாய்க் கோட்ட நகரம் கோவில்பட்டி ஆகும். கோவில்பட்டி வட்டாரத்தில் அமைந்தது உருளைக்குடி கிராமம். கோவில்பட்டியிலிருந்து பத்து கிலோ மீட்டர் தூரத்தில் இக்கிராமம் உள்ளது. தற்போது எட்டயபுரம் தாலுகாவிற்குள் இணைக்கப்பட்டுள்ளது. விவசாயக்குடிகள் நிறைந்த ஊர் உருளைக்குடி.

உருளைக்குடி கண்மாய் மிகப் பெரியது. கூசாலிபட்டி, லிங்கப்பட்டி, பெருமாள்பட்டி, கடலையூர், வரதம்பட்டி, காட்டுராமன்பட்டி, சென்னையம்பட்டி ஆகிய ஊர்களிலிருந்து வரும் மழை நீர் உருளைக்குடிக் கண்மாயில் வந்து தேங்கும். அங்குள்ள

விவசாயிகளின் நீராதாரம் அந்தக் கண்மாயை நம்பியே இருந்தது. மழையில் தெப்புத் தெப்பென்று நீர்த் தேக்கமும் வறட்சிக் காலத்தில் வறண்டும் காட்சி தரும். இவ்வூரில் பல்வேறு சாதியமைப்பினரும் வாழ்ந்து வருகின்றனர்.

வயக்காட்டில் கரும்பு, நெல்லும் வாழையும், தோட்டப் பயிராக மிளகாய், தக்காளி, பருத்தி, கம்பு, சோளம், காய்கறிகள் கிழங்குகளும் பயிரிடப்படுகின்றன. காய்கறிகள், கிழங்குகள் தானியங்கள் கோவில்பட்டிச் சந்தைக்குக் கொண்டு வரப்படும். ஊருக்குள் ஒவ்வொரு சாதியினருக்கும் தனித்தனிக் கோயில்கள் இருந்தாலும் அனைத்து வகுப்பினருக்கும் காவல் தெய்வமாகக் கருப்பசாமி கோயில் ஒன்று இருக்கிறது. இதுவரைக்கும் இக்கிராமத்தில் சாதியமைப்பிலான சண்டை சச்சரவுகள் வந்ததே இல்லை.

அவ்வூரில் பூர்வீகமாய் விவசாயம் செய்து வந்த குடியைச் சேர்ந்த தம்பதியினர் சோலையப்பன், பொன்னுத்தாய் ஆவர். வயக்காடு, காடு (மானாவரிக்காடு), பத்து ஏக்கர் (கரிசல்காடு) ஒன்றரை ஏக்கர் தோட்டம் என ஒரு பெரும் விவசாயக் குடும்பமாகத் திகழ்ந்தது. இவர்கள் வீட்டில் எப்போதும் இரண்டு ஜோடி மாடுகள் இருந்து கொண்டே இருக்கும். தாம் செய்யும் தொழிலையும் அத்தொழிலுக்கு உறுதுணையாக இருக்கும் விலங்கினங்களையும் நேசிக்கும் பண்புடையவர்கள். இத்தம்பதியினருக்கு மூத்த மகனாக 08.08.1953-ல் (ஆடி மாதம்) பிறந்தவர்தான் எழுத்தாளர் சோ.தர்மன். பெற்றோர்கள் சூட்டிய தர்மராஜ் என்ற பெயரை தர்மன் எனப் பின்னாளில் சுருக்கிக் கொண்டார்.

கூத்தும் குழவியும்

தர்மனின் தந்தை சோலையப்பன் பெரு விவசாயியாக இருந்தாலும் சிறந்த கூத்துக் கட்டும் கலைஞனாகவும் விளங்கினார். இராமாயணக் கும்மி என்று சொல்லப்படுகின்ற ஒயில் கும்மியில் ராமர் வேடம் போடுவார். அவரும் அவருடைய தம்பி அதாவது தர்மனின் சித்தப்பா லட்சுமணன் வேடம் போடுவார்.

கூத்து நடக்கும் இடங்களுக்கு சோலையப்பன் தன் மூத்த குழந்தையான தர்மனையும் தூக்கிச் சென்றுவிடுவார். அக்காலத்தில் கூத்து என்பது மக்களை மகிழ்விப்பதற்காக நடத்தப்பெற்றன. இதிகாசப் புராணங்களின் சுவையான பகுதிகளை நடித்துக் கூறும் வழக்கம் இருந்தது. கதை தழுவிய இக்கூத்துதான் பின்னாளில் நாடகமாக வடிவெடுத்தது.

ஒரு மரபுக்கலை அழியாமல் பாதுகாக்கப்படும்போது தமிழரின் மரபு மதிக்கப்படுகிறது. அந்தவகையில் பாரம்பரிய மரபை மதித்த நம் சமூகப்பண்பாட்டினை அடையாளம் காட்டிய கலைஞனாக சோலையப்பன் விளங்கினார். கோயில் விழாக்களிலும் கல்யாணம் போன்ற சடங்குளிலும் சாவு வீட்டிலும் விடிய விடியத் தூங்காமல் இருப்பதற்கும் கூத்துக்கள் நடத்தப்பட்டன. கூத்து நிகழ்த்த வெளியூர் சென்றபோதும் சோலையப்பன் தன் மகனைக் கூடவே கூட்டிச் சென்றுவிடுவார். கூத்து மட்டுமல்ல நல்ல கதை சொல்லியாகவும் சோலையப்பன் விளங்கினார். கருவிலேயே கதை கேட்டு வளரும் வாய்ப்பு தருமனுக்குக் கிட்டியது.

சீதையின் மடியில் படுத்துறங்கியும், இராமனின் தோளில் சாய்ந்தும் நீண்ட வாலைப் பிடித்து விளையாடியும் கழற்றி வைக்கப்பட்ட இராவணனின் பத்துத் தலைகளைத் தூக்கி மடியில் வைத்து விளையாடியும் குழந்தை வளர்ந்தது.

மோதிக்கொண்ட கூத்தும் விவசாயமும்

தர்மனின் தந்தை கூத்தில் கவனம் செலுத்தியதால் விவசாயம் சற்று நலிவடைய ஆரம்பித்தது. பருவத்தில் செய்ய வேண்டிய விவசாய வேலைகளை அவர் செய்வதில்லை. இதனால் குடும்பத்திற்குள்ளும் சில பாதிப்புகள் ஏற்பட்டன. உரிய காலத்தில் உழுவதில்லை. விவசாய வேலைகளைப் புறந்தள்ளிவிட்டு மதுரை, திருநெல்வேலி என்று கூத்துக்கட்டச் செல்வதால் விவசாய வேலைகளெல்லாம் தடைபட்டு அதனால் விவசாயம் பாதிப்புக்குள்ளாகியது. கலையின் மீது அவருக்கு இருந்த ஆர்வம் விவசாயத்தை இரண்டாம் நிலைக்குத் தள்ளியது.

அடிப்படையில் விவசாயியாக இருந்தாலும் ஒயில் கும்மியின் மேல் மோகம் கூடிக்கொண்டே வந்தது. 37-க்கு மேல் சொந்தப் பனைகள் காட்டில் இருந்தன. அத்தனையிலும் கள் இறக்குவார்கள். ஆனால் அவர் குடித்தது இல்லை. சுண்ணாம்பு தடவிய பதனீரை மட்டும் குடிப்பார். எந்தக் கெட்ட பழக்கமும் அவருக்கு இருந்ததில்லை. வெத்தலை போட்டுக் கொள்கிற பழக்கம் உண்டு. ஒரு கட்டத்தில் விவசாயம் நலிவடைய காடுகளை விற்க ஆரம்பித்தார். "ஆட்டத்தால காடுகளை நாசமாக்கிட்டார்" என்று பொன்னுத்தாய் வசைபாடுவாள். 'ஆடுற காலு நிக்குமா' என்பாள்.

சோலையப்பனோ எதையும் கண்டுகொள்ளவில்லை. பொன்னுத்தாய் அவரின் ஆட்டத்தைத் தடுத்து நிறுத்தவில்லை. வசைபாடினாலும் மறைமுகமாக ஆதரித்தாள். தான் ஒருத்தியாய்

விவசாயத்தைக் கவனித்தாள். அவர் பெரிதாய் சம்பாதித்தும் வருவதில்லை. ஈடுபாட்டினால் செல்வாரே தவிர காசு சம்பாரிக்கும் நோக்கம் அவருக்கு இல்லை.

ஒரு காலகட்டத்தில் உடன் ஒயில் கும்மி ஆடியவர்கள் குறைந்து கொண்டே வந்தனர். சரியான வேடம் கட்டுற ஆட்கள் இல்லை. படிப்படியாய் கூத்தினைக் குறைத்துக் கொண்டார். ஆனாலும் எங்காவது கதை நிகழ்ந்தால் பார்க்கச் சென்றுவிடுவார். இறந்த வீட்டிற்கு இராமாயணம் படிக்கக் கூப்பிட்டால் சென்றுவிடுவார். 'சொலவு' (முறம்) அகல இராமாயணக் கதைப் புத்தகத்தை வைத்திருந்தார். விவசாயத்தில் வருமானம் கிட்டவில்லை. விவசாயம் குன்றி கூலி வேலை செய்யும் நிலை வந்தது. இதற்கு நவீனக் கருவிகளும் காரணம்.

இனிமேலும் இங்கிருந்தால் விவசாய நிலத்தையெல்லாம் விற்க வேண்டி வரும் என்றெண்ணினார். விவசாயத்தையும் குடும்பத்தையும் கவனிக்க நினைத்து உருளைக்குடி ஊரைவிட்டு இடம் பெயர்ந்து கோவில்பட்டி புறநகர்ப் பகுதியான திட்டங்குளம் கிராமத்திற்குக் குடும்பத்துடன் வந்து சேர்ந்தனர்.

பள்ளிப்படிப்பும் கதை கேட்டலும்

உருளைக்குடி கிராமப் பஞ்சாயத்து யூனியன் பள்ளியில் சோ.தர்மன் ஐந்தாம் வகுப்பு வரை பயின்றார். கடலையூர் திருநெல்வேலி மறை மாவட்ட அறக்கட்டளைச் சங்க (*TDTA – CSI*) உயர்நிலைப்பள்ளியில் எட்டாம்வகுப்பு வரையிலும் படித்தார். சிறு வயதிலேயே படிப்பின் மேல் ஆர்வம் உண்டு.

எட்டாம் வகுப்புப் படிக்கும்போது தமிழாசிரியர் மாணிக்கவாசகம் சொல்லும் பைபிள் கதைகளை ஆர்வமுடன் கேட்பார். "உருளைக்குடியில் (கிராம்சு) கிராம முன்சீப்பாக இருந்தவர் குமாரசாமி ரெட்டியார். அவர் அற்புதமாகக் கதை படிப்பார். சித்திர புத்திர நயினார் கதையைப் பாட்டாகவே படிப்பார். நாமெல்லாம் இறந்த பிறகு என்ன ஆவோம் என்பது பற்றிய கதை அது. அதையெல்லாம் கேட்டுக் கேட்டு ஆழமா மனசுல பதிஞ்சு போச்சு" என்கிறார் சோ.தர்மன்.

கோவில்பட்டி நாடார் மேல்நிலைப்பள்ளியில் ஒன்பதாம் வகுப்பு சேர்ந்தார். கோவில்பட்டியில் அரசு மாணவர் விடுதியில் தங்கிப் பள்ளிக்குச் சென்று வந்தார். அப்போது பாடம் கற்பித்த

ஆசிரியர்கள் பால்ச்சாமி, மகாதேவன், வெங்கடசாமி ஆகியோர் குறிப்பிடத்தக்கவர்கள். வெங்கடசாமி ஆங்கிலப் பாட ஆசிரியர். இவர் சேக்ஸ்பியர் நாடகங்களையும் பெர்னாட்ஷாவின் படைப்புகளையும் கதையாகச் சொல்லுவார்.

ஆசிரியர் மீது விருப்பும் இந்தி மொழி எதிர்ப்பும்

ஒன்பது பத்தாம் வகுப்புகளில் அப்போது இந்திப் பாடம் கட்டாயமாக்கப்பட்டிருந்தது. பதினான்கு வயதில் இந்தி வாத்தியார் சிவசுப்ரமணியன் மீது மிகுந்த பற்று தர்மனுக்கு ஏற்பட்டது. இந்தி மொழி ஆசிரியராய் இருந்தாலும் அவர் கதை சொல்லும் நேர்த்தி அவரைக் கவர்ந்தது. மனதில் "நல்ல வாத்தியார்" என்கிற அளவுக்கு இடம்பிடித்திருந்தார்.

1967-ல் இந்தி எதிர்ப்புப் போராட்டத்துல கலந்துகொண்டு ஊர்வலம் சென்றார். "நாங்க ஊர்வலமா போகும்போது அரை டவுசர் போட்டுக்கொண்டு பென்சில் மீசை மாமாவும் உடன் வந்தார். அவர் போலிஸ் அதிகாரியான என் தாய்மாமா. அந்தக் காலத்துல போலிஸ்காரங்கெல்லாம் அரை டவுசரோடதான் இருப்பாங்க. முழுக்கால் சட்டை (பேன்ட்) இப்ப வந்தது. இந்தி மொழித் திணிப்பை எதிர்த்தோம். ஆனால் ஆசிரியர்பால் எனக்கு பெரும் விருப்பம் உண்டு" என்கிறார்.

நூலகமும் வாசிப்பும்

கோவில்பட்டி நாடார் மேல்நிலைப்பள்ளியில் பயின்ற போது விடுதியில் தங்கியிருந்தபடியால் சனி, ஞாயிறு வெளியில் செல்ல விடுதிக் காப்பாளர் அனுமதி தருவார். இந்த சுதந்திர நாட்களில் தர்மனோ நேராக நூலகத்திற்குச் சென்றுவிடுவார். அப்போது கோவில்பட்டி தெற்கு பஜாரில் நூலகம் இருந்தது.

சாதாரண மாயாஜாலக் கதை, மந்திரக் கதைகள், கன்னித் தீவு போன்ற கதைகளைப் படிப்பதுண்டு. விடுதியில் நண்பர்களை சாப்பாட்டுக்குத் தட்டுப் போடச் சொல்லிவிட்டுப் படித்துக்கொண்டே இருப்பார். மதியம் சாப்பாட்டுக்கு வருவது இல்லை. வாசிப்பு பதினான்கு, பதினைந்து வயதிலெல்லாம் தர்மனுக்குக் கூடிக் கொண்டே இருந்தது.

தாய்மாமன் உறவும் பத்திரிகை பந்தமும்

தமிழர் பண்பாட்டில் மிகச் சிறந்த உறவுமுறையாகச் சுட்டப்படுவது தாய்மாமன் உறவு. தாயின் உடன்பிறந்த சகோதரர்களைக்

குறிக்கும் இந்த உறவு முறைக்குத் தமிழ்ச் சமூக மரபில் குறிப்பிடத்தகுந்த சிறப்பிடம் உண்டு. ஒருவர் தந்தை ஆவதற்கு முன்பே குழந்தை வளர்ப்பு முறை பற்றிச் சொல்லிக் கொடுக்கும் உறவு தாய்மாமன் உறவு. சடங்கு சம்பிரதாயங்களில் இவ்வுறவு முதன்மையாக்கப்படுகிறது. குழந்தை பிறந்ததும் தொட்டிலுக்குரிய பொருட்களை வாங்கிக் கொண்டு வந்து தொட்டில் கட்டி அதில் குழந்தையைப் போட்டு தாய்மாமன் மூன்று முறை ஆட்டி விடும் வழக்கம் உண்டு. மொட்டையடித்தல், காதுகுத்தல், பூப்புச் சடங்கு, திருமணச் சடங்குகள் எனக் குழந்தையின் அனைத்துப் பருவ விழாக்களிலும் தாய்மாமனே முதலிடம் பெறுகிறான்.

தர்மனின் அம்மா பொன்னுத்தாயுடன் பிறந்தோர் ஆறு பேர். இரண்டு ஆண்கள். நான்கு பெண்கள். பொன்னுத்தாய்தான் மூத்தவர். பூ.மாணிக்கவாசகம் என்ற பெயர் கொண்ட சாகித்ய அகாடமி விருது பெற்ற எழுத்தாளர் பூமணிதான் கடைசிப் பையன். காலாண்டு, அரையாண்டுத் தேர்வு விடுமுறைக்கெல்லாம் தர்மன் தாய்மாமன் பூமணியின் வீட்டிற்குச் சென்று விடுவது வழக்கம்.

கோவில்பட்டிக்கு அருகிலுள்ள ஆண்டிபட்டி கிராமம்தான் அம்மா ஊர். “எனக்கும் மாமா பூமணிக்கும் ஏழு வயசுதான் வித்தியாசம். எனக்குப் பதினான்கு வயசு இருக்கும்போது மாமா விருதுநகர் செந்தில்குமார் நாடார் கல்லூரியில் பி.எஸ்.சி படிச்சிட்டிருந்தார். அவர் காலேஜூல படிச்சிட்டிருக்கும்போதே எழுத்தாளராகிட்டார். நான் படிக்காத பத்திரிகைகள் எல்லாம் மாமா வீட்ல நெறஞ்சி கெடக்கும். நான் பத்திரிகைகளைப் படிக்கிறதப் பாத்துட்டு ‘புஸ்தகம் படிக்கிற பழக்கமெல்லாம் உண்டா’ என்று கேட்பார். இப்படிச் சின்ன சின்ன பேச்சுக்கள்தான். எனக்கும் மாமாவுக்கும் இடையில் இருந்தது” என்கிறார் தர்மன்.

“எல்லோரையும் போலத்தான் என்னுடைய வாசிப்பும் ஆரம்பித்தது. முதலில் கல்கண்டில் தொடங்கி குமுதம் பக்கம் போய்க்கொண்டிருந்தது. என்னுடைய தாய்மாமன் பூமணி வாசிக்கக் கூடிய பத்திரிகைகளோ அவர் எழுதிக் கொண்டிருந்த களமோ எதுவும் எனக்கு அப்போது தெரியாது. ஆனால் எல்லாவற்றையும் விழுந்து விழுந்து படிப்பேன்.

என்னுடைய பதினான்கு பதினைந்து வயதில் விடுமுறையில் தாய்மாமன் பூமணி வீட்டிற்குச் சென்றுவிடுவேன். அப்போது அவரது

வீட்டில் எழுத்து பத்திரிகை கிடக்கும். தீபம் பத்திரிகை கிடக்கும். இப்படிப் புதுப்புது பத்திரிகைகளாகக் கிடக்கும். அப்போது நான் ஒரு நாள் “படிப்பதற்கு ஏதாவது இரண்டு புஸ்தகம் இருந்தால் கொடுங்க மாமா” என்று கேட்டேன். அவர் “நீ படிப்பியா” என்று கேட்டார். நான் புஸ்தகங்கள் எல்லாம் படிக்கிற பழக்கம் உண்டு என்றேன். அவர் “நீ எது எதுவெல்லாம் படித்திருக்கிறே” என்றதும் நான் சாதாரண புஸ்தகங்களை எல்லாம் சொன்னதும் ‘அப்படியா’ என்று சொல்லிவிட்டு இரண்டு புஸ்தகங்களை எனக்கு முதலில் கொடுத்தார். இரண்டும் கி.ராஜநாராயணன் எழுதிய புஸ்தகங்கள். அதை ஒரே நாளில் நான் படித்து முடித்துவிட்டேன்.

அதற்குப் பிறகு எனக்குள் புதுசா ஒரு மின்னல். அதை அப்படித்தான் சொல்ல வேண்டும். அதுவரை நான் படித்துக் கொண்டிருந்ததெல்லாம் கற்பனையான மனிதர்களைப் பற்றிய புஸ்தகங்கள். அதற்கு மாறாக அந்த புஸ்தகத்தில் கி.ராஜநாராயணன் என்னுடைய அப்பா கதை, தாத்தா கதை பூராத்தையும் பதிவு செய்திருந்தார்.

நான் பார்த்தவுடனேயே என்னுடைய அய்யாவிடம் அந்தப் புத்தகத்தைக் கொடுத்தேன். அவருக்குப் படிக்கின்ற பழக்கங்கள் உண்டு. இப்பவும் சிலந்திப் பூச்சி மாதிரி பெரிய எழுத்தில் இருக்கின்ற ஒரிஜினல் ராமாயண புஸ்தகத்தின் பதினான்கு பாகங்களையும் வீட்டில் வைத்திருக்கிறார். யாருக்கும் கொடுக்கமாட்டார். திடீரென்று ஒருநாள் எடுத்து அதிலுள்ள யுத்த காண்டத்தைப் படித்துக் கொண்டிருப்பார். அவர் ராஜநாராயணனின் புஸ்தகத்தைப் படித்துவிட்டு “இந்த மாதிரி ஒரு நாளைக்கு நான் நூறு கதைகளை எழுதுவேனே” என்றார். அந்த அளவுக்கு அவருடைய கதையாக இருந்தது அது.

ஆக, இந்த மாதிரியான தீவிர இலக்கியப் புத்தகங்கள் என்பது பூமணி மூலமாகத்தான் எனக்குக் கிடைத்தது. பூமணி பக்கத்து ஊராக இருந்தாலும் காலையில் கோவில்பட்டிக்கு வந்துவிடுவார். சாயங்காலம்தான் அவருடைய கிராமத்திற்குத் திரும்புவார். வாசிப்பு அனுபவம் இப்படித்தான் கிடைத்தது. பிறகு பா.செயப்பிரகாசம் அவர்களின் அறிமுகம் கிடைத்தது. இவர்கள்தான் எனக்குச் சரியான திசையைக் கொடுத்தார்கள்.

பூமணிக்கு மருமகப் பிள்ளைகள் பதினாறு பேர். எல்லோரும் அவரிடம் பேசுவதற்குப் பயப்படுவார்கள். ஏதாவது கேட்க

வேண்டும் என்றால் என்னிடம் வந்து சொல்லச் சொல்வார்கள். அது பயம் என்பதைவிட தாய்மாமனுக்கு நாங்கள் கொடுத்த மரியாதை என்று சொல்லலாம் என்கிறார் தர்மன்.

கிராமத்து மணமும் புத்தக (வாசமும்) வாசிப்பும்

புத்தக வாசிப்பு அகமன உலகை விசாலமாக்கி வாழ்வின் உண்மை நிலையை அறிந்து நடக்க வழிவகை செய்கிறது. புத்தக வாசிப்பு நதி போன்றது. அது நம்மை இன்னொரு புத்தகத்திற்கு இழுத்துச் செல்லும். "துப்பாக்கியிலிருந்து வெளியேறும் தோட்டாவை விட வீரியமான ஆயுதம் புத்தகம்" என்கிறார் மார்ட்டின் லூதர்கிங். விதைக்குள் ஒளிந்திருக்கும் விருட்சம் போல் சமூகத்தின் அகத்தைத் தன்னுள் புதைத்து வைத்திருக்கிறது புத்தகம்.

"புனிதமுற்று மக்கள் புது வாழ்வு வேண்டின், புத்தகச் சாலை வேண்டும் நாட்டில் யாண்டும்" என்கிறார் பாரதிதாசன். புத்தக நதியில் மூழ்கி சுகம் கண்டவர்தான் தர்மன். மண்மணம் மாறா உருளைக்குடி கண்மாயில் கண் சிவக்கக் குளித்து விளையாடியிருக்கிறார். கண் சிவக்கப் புத்தகங்களையும் வாசித்திருக்கிறார்.

தந்தை கூத்தில் கவனம் செலுத்த, தாயோ தனித்து விவசாயத்தை மேற்கொள்ள நேரிடும் போதெல்லாம் தாய்க்கு விவசாய வேலைகளில் கைகொடுத்திருக்கிறார். கமலை இறைத்தல், பாத்தி கட்டல், களையெடுத்தல் என அனைத்திலும் கைகொடுத்த தர்மனுக்குப் புத்தகங்கள் கைகொடுத்தன.

தொழில் நுட்பக் கல்வியும் போதனை வகுப்பும்

மாணவர்களின் தனித்திறனை வெளிப்படுத்தும் படிப்பாக அக்காலத்தில் தொழில்நுட்பக் கல்வி இருந்தது. தர்மன் பத்தாம் வகுப்பு தேர்ச்சி பெற்றதும் தூத்துக்குடி செயின்ட் மேரிஸ் பாலிடெக்னிக் கல்லூரியில் சேர்ந்தார். கிறிஸ்தவ மிஷினரி கல்லூரி என்பதால் கண்டிப்புடன் கூடிய கல்வி போதிக்கப்பட்டது. விடுதியில் தங்கிப் பயின்றார்.

வகுப்பில் மொத்தம் நாற்பத்தி எட்டு மாணவர்கள். இதில் ஆறு பேர் இந்து மதத்தைச் சேர்ந்தவர்கள். இரண்டு பேர் ப்ராட்டஸ்டண்ட். மீதம் நாற்பது பேர் ஆர்.சி. கிறிஸ்டியன்ஸ். இந்த எட்டுப் பேரை மட்டும் தனிமைப்படுத்துவாங்க. "காலைல கோயிலுக்குப் போகனும்னு கட்டாயம் பண்ணுவாங்க. நாங்க வரமாட்டோம்னு சொல்வோம். கண்டிப்பா வரனும்பாங்க. அப்ப

திருநீறு பூசிக்கிட்டுத்தான் வருவோம்னு சொல்லுவோம். இப்படியாக வம்பு பண்ணி நான் அருகில் உள்ள இசக்கியம்மன் கோயிலுக்குப் போய்ட்டு வருவேன்". காலை ஐந்து மணிக்கெல்லாம் பிரையண்ட் நகர்ல இருக்கிற சர்ச்சுக்குக் கூட்டிட்டுப் போவாங்க. தப்பித் தவறி கதைப் புத்தகம் வச்சிருந்தா வெளிய அனுப்பிருவாங்க.

தொழில் நுட்பக் கல்லூரியில் படிக்கும்போது ஞாயிற்றுக் கிழமைகளில் *(Moral)* போதனை வகுப்பு நடைபெறும். ஞான போதனை வகுப்பு எடுப்பதற்காக செயின்ட் மேரிஸ் கல்லூரியிலிருந்து பேராசிரியை ஏஞ்சல் வருவார். இவர் ஒரு பெண் துறவி. ஒவ்வொரு வாரமும் ஞாயிற்றுக் கிழமை மதியம் வகுப்பு நடைபெறும். இவ்வகுப்பிற்கு நான் போகமாட்டேன். நூலகத்திற்குச் சென்றுவிடுவேன். நான் வரலைன்னு *(Absent)* எழுதி வச்சிட்டுப் போயிருவாங்க. இது தொடர்ந்து கொண்டே வந்தது.

காணிக்கைராஜ் என்ற பாதர்தான் வாடர்னாக இருந்தார். இராணுவத்திலிருந்து ஓய்வு பெற்றவர். ஆகையால், இவரிடத்தில் கண்டிப்பு அதிகம் இருக்கும். ஏன்டா மாரல் க்ளாசுக்குப் போகலன்னு கேட்பார். வழக்கமா பொய் சொல்லுவேன். அவர் எங்களுக்குக் கொடுக்கும் தண்டனை வித்தியாசமானது.

முட்டுப் போட்டு கைல தட்ட வச்சிக்கிட்டு சாப்பிடச் சொல்வார். அதுபோல நான் முட்டுப் போட்டுக் கொண்டு சாப்பிடும்போது எல்லோரும் சிரிப்பாங்க. நானும் சிரிப்பேன். மறு வாரமும் போகல. அதற்குத் தண்டனை நின்னுக்கிட்டே சாப்பிடனும். அவர்கள் தண்டனை கொடுத்தாலும் அனுபவிப்பேனே தவிர போதனை வகுப்பிற்குச் செல்ல மாட்டேன்.

கன்னியாஸ்திரி ஏஞ்சலுடனான நட்பு

தொடர்ந்து வகுப்பிற்குப் போகாததால் அந்தப் பையனை நான் பார்க்கனும்னு சொன்னாங்க. சிஸ்டர் கூப்பிடுறாங்கன்னு சொன்னாங்க. அப்போ நான் காம்பவுண்ட்டுக்கு வெளியே போய் பேப்பர் படிச்சிட்டிருந்தேன். சிஸ்டர்கிட்ட கூட்டிட்டுப் போனாங்க.

சிஸ்டர் : ஏன் வகுப்புக்கு வரல......?

தர்மன் : எனக்குப் பிடிக்காது. நான் பைபிளைப் படிச்சி முடிச்சிட்டேன்.

தர்மன் சொன்னதைக் கேட்ட கன்னியாஸ்திரிக்கு ஆச்சர்யம். உடனே சில வசனங்களைக் கேட்க ஆரம்பித்தார். தர்மனோ

கன்னியாஸ்திரி கேட்ட வசனங்களைக் கதையாய்ச் சொல்லி முடித்தார். கன்னியாஸ்திரி ஆச்சரியத்துடன் தர்மனைப் பார்த்தார். நான் பைபிள் வைத்திருக்கிறேன் என்று காட்டினார். தர்மனை அன்றிலிருந்து வகுப்பிற்கு வரவேண்டாம் என்று சொல்லிவிட்டார் ஏஞ்சல். தர்மனும் வகுப்பிற்குச் செல்லவில்லை. "வகுப்பு முடிந்ததும் கூப்பிடுவாங்க. அவங்க சிஸ்டர் ஆன கதை கன்னியாஸ்திரிகளின் நிலை, அவங்களுடைய குடும்பம் பற்றி என்னிடம் பேசுவாங்க. நான் அவங்களுக்கு வடிகால்.

எல்லா துக்கங்களையும் என்னிடம் இறக்கி வப்பாங்க. அப்போ எனக்கு இருபது வயசு. அந்தம்மாவுக்கு முப்பத்தஞ்சு வயசுக்கு மேல் இருக்கும். அவங்க அக்கா பிரசவத்துல இறந்து போனதனால திருமணத்துல ஆர்வமில்லாம கன்னியாஸ்திரி ஆனவங்க. இது மாதிரி எத்தனையோ பேர் ஏதோ ஒரு விரக்தியில கன்னியாஸ்திரி ஆகிடுறாங்க. ஆனா விரும்பி வருவது ரொம்பக் குறைவுதான்.

மொத்தத்துல கன்னியாஸ்திரி ஆகித்தான் சேவை செய்யனுமா? இந்தக் கேள்வியைத்தான் ஏஞ்சலிடம் கேட்பேன். இதைப் பற்றித்தான் விவாதம் பண்ணுவோம்" என்கிறார்.

அடிக்கடி கன்னியாஸ்திரி ஏஞ்சலும் தர்மனும் தூத்துக்குடி துறைமுகத்திற்குச் செல்வார்கள். "அந்தம்மாவும் நானும் ஆர்பர் போவோம். கப்பல்ல நிலக்கரி கொண்டு வந்து பெண்கள், ஆண்கள் எல்லோரும் அள்ளிப்போடுவாங்க. பெண்கள் மேலெல்லாம் கரியா இருக்கும். அதோட குழந்தையைத் தூக்கி பால் குடுப்பாங்க. மனசுக்கு ரொம்ப கஷ்டமா இருக்கும். உங்க கர்த்தர் இதுக்கெல்லாம் என்ன தீர்வு வச்சிருக்காரு. கன்னியாஸ்திரியாக இருந்து சேவை செய்யனும்னு அவசியமில்லை என்பேன்". அடிக்கடி இருவரின் சந்திப்பும் நிகழ்ந்தது. நல்ல தோழியாக ஒரு தாயாக இருந்தார் ஏஞ்சல்.

நாட்டு நடப்பைப் பற்றித் தெரிந்துகொள்ள தர்மன் உதவுவார். உலகத்தைத் தெரிந்து கொள்ளவும் ஒரு மன ஆறுதலான தோழனாகவும் தர்மன் விளங்கினார். இருவரின் நட்பும் நீட்டித்த காலங்களில் "துறவை விட்டுவிட்டு வந்துவிடலாமான்னு நினைக்கிறேன்" என்று ஏஞ்சல் கூறுமளவிற்கு உலகை அறிய வைத்திருக்கிறார் தர்மன்.

உதவுவதற்குக் கருணை உள்ளம் இருந்தால் போதும் துறவு தேவையில்லை என்பதை நன்கு தெரிந்து கொண்ட ஏஞ்சல் அவ்வாறு கூறினார். பொருளாதார ரீதியாகவும் தர்மனுக்குப் பல

வகைகளில் உதவி செய்திருக்கிறார். விவசாயத்தில் ஏற்பட்ட நலிவு குடும்ப கஷ்டம் இவற்றிற்கிடையில் சிக்கியிருந்த தர்மனுக்கு ஏஞ்சல் உதவி வந்தார்.

"ஒரு முறை இரண்டு அக்குளிலும் கட்டி வந்து நான் ஆஸ்பத்திரியில் இருந்தபோது அருகிலிருந்து என்னை கவனித்துக்கொண்டார். துறவு வாழ்க்கை வாழ்வது, கன்னியாஸ்திரி மடத்துல இருக்குறது, இதெல்லாம் ரொம்ப கஷ்டம்". வாழ்க்கை வாழ்வதற்குத்தான். இல்லறம், துறவறம் என்று பிரித்துப் பார்க்கின் இரண்டு அறங்களும் வெவ்வேறானவை. இணைத்துப் பார்க்கின் இரண்டும் ஒன்றே என்று சூசைக்கு தேவன் வரமளித்து மரியாளை மணமுடித்து வைத்ததைக் காண்கிறோம்.

"வாழ்க்கையின் சகல அனுபவங்களையும் பெற்ற பிற்பாடு துறவியாகும் ஒருவன் இல்லறத்தின் கஷ்ட நஷ்டங்களைத் தெளிவாகப் புரிந்து பிறருக்கு எடுத்துரைக்க முடியும். புதுவாழ்வில் புகுகின்ற மனிதனுக்கு அது பெரும் உதவி பெறும். இயலாமை மட்டுமே இளமைத் துறவை மேற்கொள்ளலாம். அல்லது இறை அருளால் ஞானம் பெற்ற இளம் பருவம் அந்தத் துறையில் அடி எடுத்து வைக்கலாம். ஆனால். வெய்யிலில் நின்றவனுக்கு நிழல் தரும் சுகத்தைப் போல, லௌகீகத்தில் இருந்து துறவறத்துக்கு வரும் ஒருவனுக்குத் துறவு தரும் இன்பம், இளமைத் துறவுக்குக் கிடையாது.

எல்லோரும் லௌகீகத்தில் ஈடுபடுங்கள். அதுவே உங்களுக்குச் சுகமாக அமைந்துவிட்டால், உலக இயக்கத்தை உங்கள் இல்லறத்தின் மூலம் நடத்துங்கள். அதைத் தாங்க முடியாதவர்கள் மட்டும் வெளியே வாருங்கள். அதிகம் போனால் நூற்றுக்கு ஒருவர் மட்டும்தான் அப்படி வருவீர்கள். அப்போது போதிப்பவர்கள் குறைவாகவும். கேட்பவர்கள் அதிகமாகவும் இருப்பார்கள். எல்லோரும் பல்லக்கில் அமர்ந்தால் தூக்குவது யார்? எல்லோரும் ஞானிகளாகிவிட்டால் போதனைக்கென்ன அவசியம்?" என்ற அர்த்தமுள்ள இந்துமதத்தில் கண்ணதாசன் கூறும் கருத்து இங்கு நினைவுகூறத்தக்கது. இதைத்தான் நட்பின் மூலம் உணர்ந்திருக்கிறார் ஏஞ்சல். ஏதோ ஒரு விரக்தியில் துறவை மேற்கொண்டுவிட்டு அத்துறவை இறுதிவரை கொண்டுபோக தன் மனத்துடன் போராடிக் கழித்து வாழ்வைத் தள்ளுபவர்கள் ஏராளம். உலக அனுபவம் கன்னியாஸ்திரி ஏஞ்சலுக்குத் தர்மன் மூலம் கிடைத்திருக்கிறது.

மூன்றாண்டுகள் படிப்பை முடித்து வெளியில் வந்த பிறகும் கன்னியாஸ்திரியின் தொடர்பு இருந்தது. பிறகு அது படிப்படியாய் குறைந்துவிட்டது என்கிறார். “திருமணத்திற்குப் பின்னும் பல முறை சென்று பார்த்திருக்கிறேன். என் மனைவியிடமும் அந்தம்மாவைப் பற்றிச் சொல்லியிருக்கிறேன். பிறகு தொடர்பு இல்லாமல் போய்விட்டது. கடிதப் போக்குவரத்து வைத்துக்கொள்ள முடியாது. துறவிகளுக்கு விதிமுறைகள் நிறைய உண்டு. பல வருடங்கள் கழித்து கன்னியாஸ்திரி இறந்துவிட்டதாகக் கேள்விப்பட்டேன். அந்தச் செய்தியும் இறந்து இரண்டு, மூன்று மாதங்கள் கழித்துத்தான் எனக்குத் தெரிந்தது.” என்கிறார்.

அரியானின் நட்பும் சாராய வாசமும்

தூத்துக்குடியிலிருந்து பாளையங்கோட்டை செல்லும் சாலையில் பன்னிரண்டு சுடுகாடுகள் உள்ளன. 13-வது மையவாடி எங்க பாலிடெக்னிக் கல்லூரி. அதாவது பதிமூனாவது சுடுகாடு செயின்ட் மேரிஸ் தொழில்நுட்பக் கல்லூரின்னு சொல்லுவோம் என்கிறார். துறவி ஏஞ்சலின் நட்புப் போல் சுடுகாட்டில் பிணம் எரிக்கும் அரியானின் தொடர்பும் விசித்திரமானது.

“அரியானுக்கும் எனக்கும் நட்பு ஏற்பட்டது. அவனுடன் சேர்ந்து எனக்குச் சாராயம் குடிக்கும் பழக்கமும் ஏற்பட்டது. அரியான் பன்றியைக் கண்ணி வைத்துப் பிடித்து கறிவச்சிட்டு சொல்லிவிடுவான். போய் கறியும் சாராயமும் சாப்பிட்டுவிட்டு வருவேன். சுடுகாட்டுக்குப் போறது, பிணம் எரிக்கிறது இதுக்கெல்லாம் பயமே இல்லாமப் போச்சு. அரியான் கண்ணி வைத்துப் பன்றியைப் பிடிப்பது ஒரு கலை.

ஒரு உறை கிணறு தோண்டி மேல பேப்பரைப் போட்டு மூடிட்டு மேல கூழைத் தெளிச்சி விட்ருவான். பன்றி அதுல மிதிக்கும் போது உள்ள விழுந்துரும். விடுதியில காலையில் கோதுமைக்கூழ், மதியம் ரசம் துவையல், இரவு கஞ்சித் தண்ணி இப்படித்தான் சாப்பாடு போடுவாங்க. அரியானுடன் நான் சாப்பிட்டுவிட்டு வருவது ஏஞ்சலுக்குத் தெரிந்து ‘நீ திருந்தவே மாட்டியா’ என்று சொல்லுவார். ‘நீ எனக்காக கர்த்தர்கிட்ட வேண்டிக்கோ’ என்பேன். ‘நீ எப்படியும் நாசமாப் போ’ என்று சொல்லுவார். ஆனாலும் ஏஞ்சல் நட்பை நிறுத்திக்கொள்ளவில்லை.

“மெக்கானிக்கல் இரண்டு வருடம். கார்பெண்டர் ஒரு வருடம் என மூன்றாண்டுகள் முடித்து முதல் வகுப்பில் தேர்ச்சி பெற்றுத்தான் வெளியில் வந்தேன். வெளியில் வந்ததும் அரியான்

தொடர்பும் சாராயமும் இல்லை. சுத்தமாய் எல்லாம் விட்டாச்சு" என்கிறார். தொழில் நுட்பக் கல்வி பயிலும் போது இவருக்கு ஏற்பட்ட அனுபவங்களையே பதிமூனாவது மையவாடி நாவலாக ஆக்கியிருக்கிறார்.

வாசிப்பில் ஊக்கம் தந்த தேவதேவன்

அன்றாடம் நாம் செய்யும் கடமைகளாகிய குளிப்பது, சாப்பிடுவதுபோல் வாசிப்பும் ஒரு பழக்கமாக இருக்க வேண்டும். சாப்பிடுவது உடம்புக்கு ஊட்டம் என்றால் வாசிப்பது மனதுக்கு ஊட்டம் தரும். நவீன உலகில் வாசிக்கும் பழக்கம் குறைந்து கொண்டே வருவதைக் காணமுடிகிறது. தன் துறை சார்ந்த புத்தகங்களை மட்டுமல்லாது பிற துறை சார்ந்த நூல்களையும் வாசித்தல் வேண்டும். பல துறைப் புத்தகங்களை வாசிக்கும்போதுதான் ஒருவருடைய வாசிப்பு வளமான வாசிப்பாகும். இப்படி வளமான வாசிப்புப் பழக்கத்தைக் கொண்டவர்தான் தர்மன்.

செயின்ட் மேரிஸ் பாலிடெக்னிக் கல்லூரியில் பயிலும் போது நூலகத்திற்குச் செல்லும் வழக்கம் இருந்தது. நா.பார்த்தசாரதியை ஆசிரியராகக் கொண்ட பத்திரிகை 'தீபம்'. மாதம் ஒரு முறை வெளிவரும் இதழை ஒரு முறை நூலகத்தில் படித்துக்கொண்டிருந்தார். இந்த இதழைப் படிப்பதற்காக இன்னொருவர் காத்திருந்தார். 'இதழைப் படிச்சிட்டீங்களா? இதற்காக ஒருவர் வெயிட் பன்றார்னு' அடிக்கடி நூலகர் வந்து கேட்டுச் சென்றார். காத்திருந்த நபர்தான் கவிஞர் தேவதேவன்.

இவர் ஆசிரியர் பயிற்சி முடித்துவிட்டு வேலை தேடும் இளைஞன். அப்போதே மூன்று கவிதைத் தொகுதி நூல்களை வெளியிட்டிருந்தார். 'இது மாதிரி பத்திரிகை படிப்பீங்களான்னு கேட்டார். தீபம், எழுத்து, கணையாழி, செம்மலர், இதையெல்லாம் படிப்பேன்னு சொன்னேன். அவர் வீட்டுக்குக் கூட்டிட்டுப் போனார். நான் சொல்லிய அனைத்துப் பத்திரிகைகளும் அவர் வீட்டில் இருந்தன.

புதுமைப்பித்தன், கி.ரா.கதைகள் இதுபோன்று ஆயிரக்கணக்கான கட்டுரை நூல்கள், கவிதைகள், சிறுகதைகள், நாவல்கள் கிடைத்தன. "ரஷ்ய மொழிபெயர்ப்பு நாவல்கள் கிடைக்குது படிங்க" என்று சொன்னார். "ரஷ்ய மொழிபெயர்ப்பு நாவல்கள் தமிழ்க் கலாச்சாரத்தை ஒட்டியதாக இருந்தது. இவ்றறையெல்லாம் அவர் வீட்டிலிருந்து எடுத்துட்டுப்போவேன். ஹாஸ்டலில் கதைப்

புத்தகங்கள் படிக்கக்கூடாது. பைபிள் மட்டும்தான் படிக்க அனுமதிப்பார்கள். ஆனால் நான் மறச்சிவெச்சித்தான் படிப்பேன்.” என்று தன் வாசிப்பின் அனுபவம் பற்றிக் கூறுகிறார்.

“பூமணிபோல் வாசிப்பில் எனக்கு ஊக்கம் தந்த இரண்டாமவர் தேவதேவன். இவரின் நட்பு என்னை அடுத்த கட்டத்துக்குக் கொண்டு சென்றது” என்று நினைவு கூர்கிறார்.

நூல் நூற்றலும் இயற்றலும்

1972-இல் தொழில் நுட்பக் கல்வி முடித்து வந்த தர்மன் கோவில்பட்டி ஒரிஜினல் ஃபயர் சர்வீஸ் கம்பெனியில் வேலைக்குச் சேர்ந்தார். குடும்பமும் கோவில்பட்டிக்குக் குடிபெயர்ந்தது. தந்தை நிறைய ஆடுகள் வாங்கி வளர்த்தார். இடையிடையே உருளைக்குடி சென்று விவசாயத்தையும் பார்த்துக் கொண்டார். ஒரு வருடம் ஃபயர் ஒர்க்ஸ் கம்பெனியில் வேலை பார்த்தார். பிறகு மூட்டை தூக்கும் பணிக்குச் சென்றார். 05.03.1976-ல் கோவில்பட்டி லாயல்மில்லில் (பஞ்சாலை) டெக்னீசியனாகப் பணியில் சேர்ந்தார். நெசவு நெய்யப்படும் தறிகளைக் கண்காணிக்கும் பிட்டராகப் பணிபுரிந்தார்.

பொதுவாகப் பஞ்சாலையில் ஆறு விதமான பணிகள் மேற்கொள்ளப்படுகின்றன. 1. ப்ளோ ரூம் (Blow Room). இப்பகுதி பஞ்சை மத்தளமாக உருட்டித் தரும் பணியைச் செய்கிறது. 2. சிம்ளக்ஸ் (Simplex). இப்பகுதி மத்தளமாக உருட்டிய பஞ்சை ஒரு பாம்பைப் போல் நீளமாய் மூன்று விரல்கட்டை அளவுக்கு உருட்டித் தரும் பகுதி. 3. கார்டிங் (Carding). இப்பகுதி பருத்திமார் குச்சி அளவுக்குப் பஞ்சை மாற்றித் தரும். 4. ஸ்பின்னிங் (Spinning) - நூலாக்கித் தரும் பகுதி. 5. சைஸிங் (Zizing). நூலை குளிர்ந்த நீரில் சில நிமிடங்கள் நனைத்துப் பசை முக்கி நெசவிற்கு ஏற்றாற்போல் பாவு நூலாக்கித் தரும் பகுதி. 6. வீவிங் (Weaving). நெசவு ஆடை உற்பத்தி செய்யும் பகுதி.

வீவிங் என்கிற பகுதியில் நெசவுப் பிட்டர் ஆக வேலையில் சேர்ந்தார். “பேட்டரி பில்லர்” இவருடைய பணியாகும். தறி மிசினைக் கண்ட்ரோல் பண்ணுகிற உறுப்பு பேட்டரி. 48 பேட்டரிகள் தர்மனின் பார்வையில் இருந்தன.

இயந்திரத்தில் பேட்டரி கோளாறு ஏற்பட்டால் சிவப்பு விளக்கு எரியும். அதை உடனே சரிசெய்ய வேண்டும். சரி செய்த

பணியை (Sift) பணிச் சுழற்சி டைரியில் எழுத வேண்டும். அதை சூப்பர்வைசரிடம் காட்டி கையொப்பம் வாங்க வேண்டும். தற்காலிகமாய்ப் பணிபுரிந்து வந்த தர்மனுக்கு 02.05.1978-இல் வேலை நிரந்தரம் செய்யப்படுகிறது.

> 'பஞ்சிதன் சொல்லாப் பனுவல் இழையாகச்
> செஞ்சொற் புலவனே சேயிழையா - எஞ்சாத
> கையே வாயாகக் கதிரே மதியாக
> மையிலா நூல் முடியுமாறு.' (நன்னூல் - 24)

என்கிறார் பவணந்தி முனிவர். பஞ்சினை இழைத்து நூலாக்குவதைப் போல, புலவன் தன் அறிவாகிய கருவி கொண்டு சொற்களால் இழைத்து நூலாக்குகிறான். எழுத்தாளர் தர்மன் பஞ்சை நூலாக்கியது மட்டுமல்ல கரிசல் மொழி கொண்டு நூல்களும் இயற்றி இருப்பது வியப்பிற்குரியது. நூலை நூற்கும் ஒருவரால் மாந்தர் மனக்கோட்டம் தீர்க்கும் நூலையும் இயற்ற முடியும் என்பதற்குத் தர்மன் உதாரணமாய்த் திகழ்கிறார்.

கூத்தின் எச்சமாய்க் கிடைத்த படைப்பாக்க விதை

அந்தக் காலத்தில் கிராமங்களில் எந்தவிதப் பொழுதுபோக்கு அம்சங்களும் இருக்காது. அப்போது கூத்துக்கள் மட்டும்தான் இருந்தன. நான்கு அல்லது ஐந்து கிலோமீட்டர் தள்ளி உள்ள ஊரில் கூத்து நடந்தால், ஊர்ஊராகக் கிளம்பி கூத்துப் பார்ப்பதற்குப் போய்விடுவார்கள். கூத்துப் பார்த்துவிட்டு நடுச்சாமத்தில் கிராமத்திற்குத் திரும்புவார்கள். சில ஊர்களில் கூத்துக் கலைஞர்கள் அந்தக் கிராமத்திலேயே இருப்பார்கள். குறவன், குறத்தி ஆட்டம், கரகாட்டம் எனப் பல வகை ஆட்டம் இருந்தது.

தர்மன் ஊரில் ஒயில் கும்மி என்றொரு ஆட்டம் இருந்தது. அந்த ஒயில் கும்மிக்குப் பெயர் ராமாயணக் கும்மி. ராமாயணக்கதை ஆரம்பத்தில் இருந்து முடியிறவரைக்கும் நான்கு நாள் விடிய விடிய நடக்கும். அது வேஷம் கட்டி ஆடுவது. எல்லோரும் அந்தந்தப் பாத்திரத்திற்கு ஏற்றவாறு வேடம் போட்டிருப்பார்கள். அதில் இவரது தந்தை ராமர் வேடம் போட்டிருப்பார்.

"எங்கள் அப்பாதான் ஹீரோ. எனது சித்தப்பா லட்சுமணன் ஆக வேடம் தரித்து இருப்பார். எனது மாமா ஜனகர் வேடம் போடுவார். எல்லோருமே எங்கள் ஊர்க் கலைஞர்கள்தான். இதில் பெரிய விஷயம் என்னவென்று பார்த்தால் எல்லா ஜாதிக்காரர்களும்

அதில் இருந்தார்கள். ஊரில் உள்ள அத்தனை சாதிக்காரர்களும் வேடம் போட்டு நடிப்பார்கள். இவை எல்லாமே அறுபது எழுபது வருடத்திற்கு முந்தைய நிகழ்வு".

"கூத்துக் கலையைப் பார்க்க எனது பதின்மூன்று வயதுவரை வாய்ப்புக் கிடைத்துக் கொண்டே இருந்தது. எனது தந்தை என்னை சிறுவயதிலேயே கூத்து நடக்கும் இடத்திற்கெல்லாம் அழைத்துக்கொண்டு போய் நடிப்பார். எல்லா ஊர்களுக்கும் போவார்கள். அவர்கள் ஆடும் ஆட்டம், காட்சி, பாடல்கள் எல்லாமே சேர்ந்துதான் எனக்குள் வாசிப்பிற்கு உண்டான விதை விழுந்திருக்கும் என்று நினைக்கிறேன். அவர்களின் கூத்துக் கலையை எனது 13-ஆவது வயதிற்குப்பின் நிறுத்தி விட்டார்கள். அப்போது என் மனதிற்குள் ஒரு வெற்றிடம் ஏற்படுகிறது. அந்த வெற்றிடம்தான் என்னை வாசிப்பிற்குள் நுழைத்து இருக்கும் என்று நினைக்கிறேன்."

எட்டாவது, ஒன்பதாவது படித்துக் கொண்டிருக்கையில் வகுப்பை கட் அடித்துவிட்டு நூலகத்திற்கு வாசிக்கப் போய்விடுவார்.. அப்போதே தான் ஒரு தீவிரமான வாசிப்பாளராக வாசகனாக மாறிவிட்டதாகக் கூறுகின்றார். பின் வாசிப்பிற்கு அடுத்த கட்டம் நம்மளும் எழுதலாமே என்று அவருக்குத் தோன்றுகிறது. எழுதுவதற்கான உத்வேகமாக எழுத்தாளர்கள் கி.ரா., அழகிரிசாமி மற்றும் பூமணி போன்றோர் இருந்தார்கள். அவர்கள் கதையைப் படிக்கும்போது இதுபோன்று நாமும் எழுதலாமே என்று நினைக்கிறார்.

அன்றாடம் நாம் பார்க்கக் கூடிய மனிதர்கள். நாம் பார்க்கக் கூடிய விஷயங்கள் மற்றும் நம் கரிசல் மண்ணின் எல்லா விவரமும் அதில் எழுதி உள்ளார்களே ஏன் இது போன்று நாம் எழுதக்கூடாது என்ற நம்பிக்கை பிறந்தது. அந்த நம்பிக்கைதான் எழுதிப்பார்க்கலாமே என்ற உத்வேகத்தைத் தந்தது என்று கூத்தின் எச்சமாய் தனக்கு வாசிப்பு அனுபவம் ஏற்பட்டதாகக் குறிப்பிடுகின்றார். சிறுவயதில் அவர் கேட்டறிந்த கதைகளும் கூத்துக்களும் சேர்ந்து மனதில் போட்ட விதைகள்தான் எழுத்துக்களாகக் கருக்கொண்டன.

கவிஞனாய்ப் பிறந்து கதாசிரியராக வளர்ந்தது

எல்லாரும் போல் ஆரம்பத்தில் நானும் கவிதைகள்தான் எழுதிக்கொண்டிருந்தேன் என்கிறார் தர்மன். "இளம் வயது அந்த நேரம் வயதுக்கேற்ற கவிதைகளைத்தான் எழுதினேன். கவிதை என்றால் என்ன என்று தெரியாமலேயே நான் கவிதை எழுதிக்

கொண்டே இருந்தேன்” என்கிறார். இருபத்தைந்து வயதில் காதல் கவிதைகளும் இயற்கை வருணனைகளும்தான் எழுத முடிந்தது.

இவரது கவிதைகள் கல்லூரி ஆண்டு மலரில், தினமணி, தினக்கதிர், நீலக்குயில், ஆனந்த விகடன், அக்கு, ‘ழ’கரம், சதங்கை ஆகிய பத்திரிகைகளில் வெளிவந்தன. “என்னுடைய வாசிப்பு அதிகமாக அதிகமாக நான் நினைத்ததைக் கவிதையில் சொல்ல முடியாத ஒரு சூழல் உருவாகியது. அப்போது சிறுகதை எழுதிப் பார்க்கலாமே என்று ஒரு ஆர்வம் வருகிறது. அப்போது எட்டயபுரம் பாரதி விழாவிற்குப் பரிணாமன் வந்திருந்தார். எட்டயபுரம் பாரதி விழாவில் தவறாமல் பங்கேற்கக் கூடியவர் அவர். பி.லெனின் வருவார். கல்கி வருவார். இப்படி பெரிய பெரிய ஆட்கள் எல்லாம் வருவார்கள். அப்போது நான் விழாவிற்குச் சென்றபோது பரிணாமனிடம் என்னை அறிமுகப்படுத்தினார்கள்.

மதுரை காமராசர் பல்கலைக் கழகத்தில் தமிழ்த்துறைத் தலைவராக இருந்து ஓய்வு பெற்ற பேராசிரியர் தி.சு.நடராசன் அந்தப் பத்திரிகைக் குழுவில் இருந்தார். அவரும் அந்த விழாவிற்கு வந்திருந்தார். அவரை எனக்கு முன்பாகவே தெரியும். அவர்தான் பரிணாமனிடம் என்னை அறிமுகப்படுத்தி வைத்தார். உடனே அவர் ‘ஏதாவது படைப்பு கொடுங்களேன்’ என்றார். ‘கவிதைகள்தான் சார் எழுதிக்கிட்டு இருக்கிறேன்’ என்றதும், ‘கவிதையை விடுங்க. சிறுகதை எழுத முடிஞ்சா பாருங்க’ என்று தி.சு.நடராசன் என்னிடம் சொன்னார். அப்போது கவிதைக்கு நிறைய பேர்கள் இருக்கிறார்கள். நாம் நூறோடு நூற்றி ஒன்றாக இல்லாமல் சிறுகதை எழுதிப் பார்க்கலாமே என்று எழுதினேன். “விருவு” என்ற சிறுகதை எழுதி அனுப்பினேன். அது இப்போது எனக்கு மிகமிகச் சாதாரண கதைதான். அந்தக் கதையை அனுப்பிய மறுமாதமே அதை பிரசுரம் பண்ணிவிட்டாகள்” என்று கதை எழுதிய அனுபவம் பற்றிக் குறிப்பிடுகிறார்.

பிரசுரம் ஆனதும் தர்மனுக்கு ஆச்சர்யம் தாங்க முடியவில்லை. ஒரு படைப்பாளி தன் முதல் படைப்பை அச்சில் பார்த்ததும் முதல் குழந்தையைப் பிரசவித்த தாயின் மகிழ்ச்சியை ஒத்ததாகிவிடுகிறது. “கதையைப் படித்த எல்லோரும் நல்ல கதை என்று பாராட்டினார்கள். அதன் பிறகு கதைகள் எழுதத் தொடங்கிவிட்டேன். கவிதைகள் அனைத்தையும் கிழித்துப் போட்டுவிட்டேன்.

‘சங்க இலக்கியங்கள் படித்த பிறகு நாம் எழுதினதெல்லாம் கவிதையா?’ என்று நினைக்கத் தோன்றியது. கவிதைகள் எவ்வளவு

பொதுமைப்படுத்தப்பட்டிருக்கு இன்னைக்கு பெண் ஆணையும், ஆண் பெண்ணையும் வர்ணிப்பதுதான் கவிதையா இருக்கு. அதனால்தான் நான் கவிதையை விட்டுவிட்டு கதைக்குள் சென்றேன்" என்கிறார். உரைநடைக்குள் போனால் நமக்கு விசாலமான இடம் கிடைக்கிறது. கவிதையில் சொல்வதைவிட சிறுகதையில் நாம் நிறையச் சொல்லலாம்.

திருமண வாழ்க்கை

வாழ்வில் மனமொத்த தம்பதிகளாக அமைவது ஒரு சிலருக்குத்தான் தெய்வத்தால் வாய்க்கப்பட்டதாக அமையும். ஒருவருடைய ஆத்மாவின் சரிபாதி இன்னொருவரிடம் இருக்கிறது என்று வேதங்கள் கூறுகின்றன. அந்தச் சரிபாதி நபர் கிடைக்கும்வரை தேடல்கள் தொடர்கின்றன. மனம் ஒத்துப் போகாத நிலையில் சரி தவறு என்றுணர்ந்து விட்டுக் கொடுத்துப் போகும் வாழ்க்கையிலும் இன்பம் காண்பதுண்டு.

விட்டுக்கொடுப்பது எல்லா நேரங்களிலும் ஒருவராக இருக்க வேண்டியதில்லை. அவ்வாறு இருப்பின் அவ்வாழ்வு வெறுமையைத் தந்துவிடும். ஒருவருக்கொருவர் விட்டுக்கொடுத்தல் அவசியம். மண வாழ்க்கையில் இருவரும் விட்டுக் கொடுத்து இனிதான இல்லறத்தில் பயணித்தவர்கள்தான் தர்மன், மாரியம்மாள் தம்பதியினர். தன்னுடன் பஞ்சாலையில் பணிபுரிந்த பேச்சிமுத்து என்பவரின் மகள் மாரியம்மாளைத் தனது துணைவியாக்கிக் கொண்டார் தர்மன். பேச்சிமுத்து தர்மனுக்கு நல்ல நண்பர். தனக்கு இரண்டு பெண் குழந்தைகள் இருப்பதாகச் சொன்ன பேச்சிமுத்து, தன் மூத்த பெண் மாரியம்மாளைத் தர்மனுக்குக் கொடுக்கச் சம்மதித்தார்.

தான் எழுதிய முதல் சிறுகதை 'விருவு' என்பதாகும். இக்கதை வெளிவந்த அதே ஆண்டில்தான் திருமணமும் நடந்தேறியது. 26.05.1980 திங்கட்கிழமையன்று மாரியம்மாளை மனைவியாக்கிக் கொண்டார். அதிகம் படிக்காத பெண்மணி. ஆனால் குடும்பத்தை முழுமையாகக் கவனித்துக் கொண்ட பொறுப்பான மனைவி. தமிழரின் தலையாய அறச்செயல் விருந்தோம்பல். விருந்தோம்பல், மனையறம் போற்றல், மக்களைப் பெறுதல் இவை மனைக்கிழத்திக்கு உரிய கடமைகள்.

"நல்விருந் தோம்பலின் நட்டாளாம் வைகலும்
இல்புறஞ் செய்தலின் ஈன்றதாய் - தொல்குடியின்
மக்கள் பெறலின் மனைக்கிழத்தி இம்மூன்றும்
கற்புடையாள் பூண்ட கடன்."   (திரிகடுகம் - 64)

இக்கடமைகளை நன்கு ஆற்றிய கற்புக்கரசி மாரியம்மாள். 1980-இல் முதல் சிறுகதை மதுரையிலிருந்து வெளியான கவிஞர் பரிணாமனின் மகாநதி இதழில் வெளிவந்தது. "அவளுக்கு நான் எழுதுறது பிடிக்காது. 1982, 83-ல் புதிய பார்வை, செம்மலர், தாமரை, சதங்கை, சுபமங்களா அனைத்துப் பத்திரிகைகளிலும் என் கதைகள் வரும். பைசா வராது. நான் கதை எழுதும் போது என் மனைவி எம்புட்டுக் கிடைக்கும்ன்னு கேட்பா. சும்மா எழுதுறேன்னு சொல்லுவேன். 'பேனா மைக்கும் பேப்பருக்கும் பிடிச்ச கேடா...' என்பாள்".

1981-இல் முதல் குழந்தை ஒன்பது மாதத்தில் தாயின் வயிற்றுக்குள்ளேயே இறந்து போனது. அதன் பிறகு ஐந்தாண்டுகள் குழந்தை இல்லை. 1986-இல் ஆண் குழந்தை பிறந்தது. (வினோத் மாதவன்) "குழந்தை பிறந்த பிறகு இந்த மனுசன எழுதவிடக்கூடாதுன்னு வேலை ஏவுவா. கடைக்குப் போங்க. அங்க போங்க இங்க போங்கன்னு சொல்லுவா. 1991-இல் இரண்டாவது குழந்தை பிறந்தது. (விஜயசீனிவாசன்) பன்னிரண்டு வருடம் பொறுமையாய்க் கழித்தேன். அதன் பிறகு என் வாழ்வில் மாற்றம் ஏற்பட்டது" என்கிறார் தர்மன்.

விருதும் மனையாளின் விருப்பமும்

ப. சிதம்பரம், ப. லட்சுமணன், ப. பாரதி ஆகிய சகோதரர்கள் இணைந்து 'இலக்கியச் சிந்தனை' விருதினை இலக்கியப் படைப்பாளிகளுக்கு அளித்து ஊக்கப்படுத்தி வந்தனர். மாதம் மாதம் ஒரு சிறுகதையைத் தேர்ந்தெடுத்து 12 மாதத்திற்கு மொத்தம் 12 கதைகள் தேர்ந்தெடுக்கப்படும். அந்தப் பன்னிரண்டு கதைகளில் சிறந்த ஒரு கதையைத் தேர்ந்தெடுத்து 'இலக்கியச் சிந்தனை' விருது வழங்கப்படுகிறது. தர்மன் எழுதிய "நசுக்கம்" என்கிற சிறுகதை சிறந்த சிறுகதையாகத் தேர்வு செய்யப்பட்டது. ஏ.வி.எம் ராஜேஸ்வரி மஹாலில் விருது வழங்கும் நிகழ்ச்சி நடைபெற்றது. சென்று வர பயணச் செலவினை அவ்விருதுக் குழுவினரே செய்து கொடுத்துவிட்டனர். மனைவியுடன் விழாவிற்குத் தர்மன் சென்றிருந்தார்.

"விழாவில் எனக்கு எக்கச்சக்கமான பாராட்டு கிடைத்தது. கடுமையான பாராட்டு. அவளுக்கு ஆச்சரியம் தாங்க முடியல. பிறகு தலைகீழ் மாற்றம் ஆனது. எழுதவே கூடாதுன்னு மறைமுகமா என்னை வேலை ஏவுவா. இந்தப் பாராட்டு நிகழ்விற்குப் பிறகு

என்னைத் தொடர்ந்து எழுதும்படி ஊக்கப்படுத்துகிற நபராகவும், அதற்காகச் சில விட்டுக் கொடுத்தல்களை ஏற்றுக் கொள்ளும் மனப் பக்குவம் உள்ளவளாகவும் மாறிப் போனாள். என்னுள் ஒளிந்திருக்கும் திறமைகளை முழுமையாக வெளிக் கொண்டு வர எல்லா உதவிகளையும் செய்பவளாகவும், என்னை எழுதத் தூண்டும் கிரியா ஊக்கியாகவும் செயல்பட்டாள்.

கல்லூரி வாசலையே மிதிக்காத என் கணவர், பல கல்லூரிகளில் போய் இளநிலை, முதுநிலை மாணவர்களுக்குப் பாடம் நடத்துகிறார் என்று பெருமைப்பட்டுக்கொள்வாள். “சலவைக் கணக்கு எழுதினாலும் ‘சத்தம் போடாத அப்பா கதை எழுதறாரும்பா’ அதன்பிறகு அவள் என்னை எந்தத் தொந்தரவும் செய்ததில்லை என்கிறார். குடும்பத்தைப் பொறுப்பாய்ப் பார்த்துக் கொண்டாள். நான் போடுகிற துணி முதற்கொண்டு என் மனைவிதான் வாங்கித் தருவாள். என்னை ஒரு சிறு குழந்தை போல் குடும்பக் கஷ்டம் என்ன என்று தெரியாமல் பார்த்துக் கொண்டாள்” என்று மனையாளின் மாண்புகளை மன மகிழ்ச்சியோடு சொன்ன தர்மன், எழுத்துப் பணிக்கு மனைவி மாரியம்மாள் பங்களிப்பு மறக்கமுடியாதது என்று மனம் திறந்து சொல்கிறார்.

போராட்டங்களும் சிறைவாசமும்

பஞ்சாலைத் தொழிலாளியான தர்மன் வேலை நிரந்தரம் ஆனதும் தொழிலாளர் சங்கத் தலைவர் (A.I.T.U.C) பொறுப்பினை ஏற்றார். முதலாளிகளுக்கு ஆதரவான (INTUC) சங்கமும் உண்டு. தீபாவளி போனஸ், பணிக்கொடையை (GPF) சரிவரப் பெற்றுத் தருதல், இது போன்ற தொழிலாளர்களின் நன்மையை நோக்கி அவர்களின் உரிமையைப் பெறப் போராடும் நோக்கோடு உருவாக்கப்பட்டதுதான் தொழிற் சங்கங்கள்.

பஞ்சாலையில் பணிபுரியும் தொழிலாளியின் மகன் அல்லது மகளின் திருமணம் எனில் பி.எப் (Provident fund) பணம் கேட்டு தொழிலாளிகள் எழுதிக் கொடுப்பதுண்டு. நிர்வாகம் கொடுக்காமல் தாமதப்படுத்தும். அந்த மாதிரி சூழ்நிலைகளில் தொழிற்சங்கம் அந்தப் பணத்தைக் கொடுத்துவிட்டு நிர்வாகம் அளிக்கும்போது தொழிலாளியிடம் இருந்து வாங்கிக் கொள்வதுண்டு. சந்தா, நன்கொடை என்று வசூலித்து தொழிற்சங்கத்தில் வைப்பு நிதி இருக்கும். அந்நிதியிலிருந்து எடுத்துக் கொடுப்பர். அவ்வாறு

செய்யவில்லை எனில் தொழிலாளிகள் நிர்வாகத்தோடு நெருக்கமாய் உள்ள சங்கத்திற்கு (INTUC) போய்விடுவார்கள்.

உறுப்பினார்களின் எண்ணிக்கையைத் தக்கவைத்துக் கொள்ளவும், இக்கட்டான சூழ்நிலையில் அவர்களுக்கு உதவவும் சங்கம் நிதி கொடுத்து உதவுகிறது. முதலாளியுடன் நெருங்கிய சங்கமாக (INTUC) இருந்தாலும் அவர்கள் மறைமுகமாகப் போராட்டச் சங்கத்திற்குச் சந்தாவும் நன்கொடையும் தருவார்கள்.

வேலைநிறுத்தம் செய்வது என்று சங்கம் முடிவெடுத்துவிட்டால் இரண்டு மூன்று நாட்களுக்கு முன்பே நிர்வாகத்திற்கு நோட்டீஸ் கொடுத்துவிடும். தொழிலாளிகள் போராட்ட காலத்தில் வேலைக்குச் சென்றாலும் தடுப்பதில்லை. உணர்வுள்ள போராட்ட குணம் படைத்த தொழிலாளிகள் ஒன்றிணைந்து நிற்பதுண்டு. அப்படிப் போராட்டக் குணம் படைத்தவர்தான் தர்மன்.

இந்திய கம்யூனிஸ்ட் கட்சியின் தொழிற்சங்கத் தலைவராயிருந்து பல போராட்டங்களையும் சிறைவாசத்தையும் அனுபவித்தவர். தொழிற்சங்கம் நோட்டீஸ் கொடுத்ததும் நிர்வாகம், சங்க நிர்வாகிகள் ஒரு சில பெயர்ப் பட்டியலைத் தயாரித்துக் காவல் நிலையத்திற்கு அனுப்பிவிடும். இவர்கள் இருந்தால் பஞ்சாலையை இயக்க முடியாது என்று எழுதிக் கொடுத்துவிடும்.

காவல்துறை அதிகாரிகள் போராட்டக்காரர்களை எங்கிருந்தாலும் கைது செய்து கூட்டிக்கொண்டு போய்விடுவர். பஞ்சாலைக்கு வரவில்லை என்றாலும் காவல்துறை அதிகாரிகள் அவர்களைத் தேடி வீட்டிற்குச் சென்று விடுவார்கள். கைது செய்யப்பட்டால் பதினான்கு நாட்கள் ரிமாண்ட் பண்ணுவார்கள். எந்தக் கைதியாக இருந்தாலும் இந்த விதிமுறைதான். பதினான்கு நாட்கள் கழித்து நீதிமன்றத்துக்கு ஆஜர்படுத்தப்படுவார்கள். ஜாமீன் இல்லையென்றால் மீண்டும் பதினான்கு நாட்கள் ரிமாண்டில் வைக்கப்படுவர்.

பஞ்சாலைத் தொழிலாளிகளின் பணப்பலன்களையும் உரிமைகளையும் பெறுவதற்காகப் பதினான்கு முறை சிறைக்குச் சென்றிருக்கிறார் தர்மன். “நான் பதினான்கு முறை போராடி ஜெயிலுக்குப் போயிருக்கிறேன். ஆனால் ஒரு முறை மட்டும் தொடர்ந்து மூன்று முறை ரிமாண்ட் வாங்கி 41 நாட்கள் ஜெயிலில் இருந்திருக்கிறேன். நான் விரும்பி சிறைக்குச் சென்றிருக்கிறேன். தண்டனையை அனுபவித்தும் இருக்கிறேன். என் மனைவி

என்னைப் பார்க்க வருவா ‘சாப்பாடெல்லாம் ஆக்கி எடுத்துட்டு வருவா. சிரிச்ச முகத்தோடு வருவா. ‘ஓமக்கு இது தேவையாய்யா’ என்று சொல்லுவாள். வீட்டை நினைத்தால் போராட முடியாது.

“போராட்ட காலங்களில் சம்பளம் கிடையாது. குடும்பம் வறுமையில்தான் ஓடும். எப்படியாவது சமாளிப்போமே தவிர தொழிலாளிக்கு நன்மை கிட்டும் வரை போராட்டத்திலிருந்து பின்வாங்க மாட்டோம்” என்கிறார்.

சிறையில் கைதிகளாக இருப்பவர்களெல்லாம் ஒரு செகண்ட்ல குற்றவாளி ஆனவங்க. சிறைக்குள்ளும் பலி, அபலி, ஏமாற்றம், ஏமாற்றப்பட்டவர் என பல விதங்கள் உண்டு. ஒவ்வொரு கைதிக்குள்ளும் ஒரு கதை உண்டு. தொழிலாளர் நலனுக்காகப் போராடி சிறைக்குச் செல்லும் கைதிகளுக்கு முழு சுதந்திரம் உண்டு. அவர்கள் சிறைக்குள் யாரிடம் வேண்டுமானாலும் பேசலாம். பார்வையாளர்கள் பார்ப்பதற்குத் தடை இல்லை. தர்மன் சிறையில் இருக்கும் காலங்களில் பல்வேறு தண்டனைக் கைதிகளிடம் உரையாடி இருக்கிறார்.

சிறைக்குள் நடக்கும் அதிகாரம்

சிறையில் பீடி, சிகரெட், மது இவைகள் மறைவாகப் புழக்கத்தில் இருக்கின்றன. ஆயுள் தண்டனை பெற்று வரும் கைதிகள்தான் கைதிகளின் தலைவனாகச் செயல்படுகிறார்கள். மற்றவர்கள் வருவதும் போவதுமாய் இருப்பார்கள். ஆயுள் தண்டனைக் கைதி நிரந்தரமானவன் என்பதால் அங்குள்ள அத்தனை அதிகாரிகளின் நட்பும் அவனுக்குக் கிடைக்கும். சிறையில் மழைநீர் மற்றும் கழிவுநீர் போகிற கால்வாயில் வலை அடித்து வைக்கப்பட்டிருக்கும். வலையை அறுத்து விட்டுவிடுவார்கள். அதன் வழியாகப் பன்றி உள்ளே நுழையும். அதைக் கைதிகள் பிடித்துக் கறி வைத்துத் தின்றுவிடுவார்கள்.

கைதிகளிடையிலும் அரசியல் நிலவும். கைதிகளைப் பார்க்க வரும் குடும்ப உறவுகளிடமிருந்து தின்பண்டங்கள் வந்தால் அதில் பாதியைச் சிறை அதிகாரிகள் எடுத்துக் கொள்வார்கள். இதில் அரசியல் பலம் உள்ள கைதிகளும் உண்டு. சிறையில் சாதியும் உண்டு. தண்டனைக் கைதியிடம் ஒரு பத்து நிமிடம் பேசினாலும் அழுதுவிடுவான். கைதியைப் பார்க்க வருபவர்கள்கூட ஒரு ஐந்து நிமிடம் பேசணும் என்றால் காசு கொடுக்கணும். அங்கேயும் அந்நியச் செலவாணி மோசடி உண்டு. ஸ்பெஷலா கைதி டீ போட்டுக் குடிக்கிறதும் டீக்கடை நடத்துறதும் உண்டு.

சிறைக்குள் கைதியைத் திருந்த விடமாட்டாங்க. "இதையெல்லாம் பார்க்கும் போது போலீஸ் ஸ்டேசனோ, கோர்ட்டோ தண்டனை கொடுக்கும் அமைப்புகளாய்த்தான் இருக்கிறதே தவிர தண்டனையையோ குற்றத்தையோ தடுக்கும் அமைப்புகளாகத் தெரியவில்லை" என்கிறார் தர்மன்.

சிறையில் கிடைத்த வடிகால்

போராட்டத்தில் இறுதி வரை நிலைத்து நின்று, சிறை வரை சென்று வரும் தர்மனுக்குத் தொழிலாளிகள் மத்தியில் நன்மதிப்புண்டு. சிறைக்குச் சென்று வந்த தர்மன், தன் கதைகளுக்கான கருக்களைத் திரட்டிக் கொண்டு வந்தார். கிட்டத்தட்ட பத்து கதைகளுக்கு மேல் சிறையனுபவத்தில் கிடைத்தவற்றை வைத்து எழுதியிருக்கிறார். பெயிலில் போக அனுமதி கிடைத்தும், தொழிலாளிகளுக்கு நன்மை கிடைக்கும் வரை வெளியில் வர மறுத்திருக்கிறார். மீண்டும் சிறை அனுபவம் கிடைக்காது என்பதும் ஒரு காரணம்.

ஒருமுறை சிறைக் கண்காணிப்பாளருக்கு (Jail Superintendent) ஒரு கடிதம் வந்தது. அக்கடிதத்தைச் சிறைக் காவலர் தர்மனிடம் பிரித்துப் படிக்கச் சொன்னார். அக்கடிதம் ஒரு ஆயுள் தண்டனை கைதியாக இருந்தவர் விடுதலை பெற்று வெளியில் சென்றதும் எழுதி அனுப்பியது. இரண்டு பேரைக் கொலை செய்துவிட்டு ஆயுள் தண்டனைக் கைதியாக உள்ளே வந்தவன். கைதி எண்ணும் அறை எண்ணும் கடிதத்தில் குறிக்கப்பட்டிருந்தது.

முதல் இரண்டு ஆண்டுகள் சிறையில் ரவுடியாகத் திரிந்தான். பின் எட்டு ஆண்டுகள் நல்லவனாய் இருந்தான். திருந்தி நல்லவனாய் இருந்த அவன் பத்து ஆண்டுகளைச் சிறையில் கழிக்கிறான். தண்டனை அனுபவிக்கும் பத்தாவது ஆண்டில் அண்ணா பிறந்த நாள் அன்று அவன் நன்னடைத்தையின் காரணமாகத் தண்டனைக் காலம் குறைக்கப்பட்டு வெளியில் விடுவிக்கப்படுகிறான். அப்படி வெளியில் சென்றவனிடமிருந்துதான் இந்த கடிதம் வந்திருந்தது.

அக்கடிதத்தைப் படித்தார் தர்மன். "சிறையிலிருந்து வெளியில் வந்த நான் கரிமூட்டம் போடுகிறேன். மனைவி பிள்ளைகளை நன்கு கவனித்துக் கொள்கிறேன். நான் நல்லவனாய் மாறுவதற்குக் காரணம் ஒரு பெருச்சாளிதான். நான் சிறையில் இருக்கும்போது தூக்கம் வராது மனம் சங்கடத்தில் இருக்கும். யாரிடமும் என் மனக்குமுறலைக் கொட்ட முடியாது.

இரவு நேரத்தில் ஒரு பெருச்சாளி விறகு அடுக்கிலிருந்து அப்படியே கிச்சனுக்கு ஓடும். பெருச்சாளி போவதைப் பார்ததுக்

கொண்டே இருந்த நான் சோற்றைப் போடுவேன். இப்படித் தினமும் சோற்றைப் போட்டுப் பழக்கினேன். என் மனக்குமுறல்களை அந்தப் பெருச்சாளியிடம் சொல்லுவேன். அதுவும் பின்னத்திக் கால மடக்கி வச்சிக்கிட்டு கேட்கும். எனக்கு மூன்று புள்ளைங்க. தங்கச்சிக்கு இரண்டு புள்ளைங்க. தங்கச்சி மாப்பிள்ளைய வெட்டிட்டுதான் உள்ளே வந்தேன். ரெண்டு பொண்ணுங்களையும் பிள்ளைங்களோட தவிக்க விட்டுட்டு சிறைக்குள் வந்தேன். வந்த இடத்தில் எனக்கு வடிகாலாய் அமைந்தது அந்தப் பெருச்சாளிதான்.

அந்தப் பெருச்சாளியைக் கொன்னுடாதீங்க. ஒவ்வொரு கைதிக்கும் ஒரு பெருச்சாளி, கிளிக்குஞ்சு, அணில் குஞ்சு, எலிக்குஞ்சுன்னு ஏதாவது குடுங்க கைதி திருந்திடுவான்". இவ்வாறு எழுதப்பட்ட கடிதத்தை தர்மன் வாசித்தார். இந்தக் கடிதத்தில் கைதி சொன்ன கருத்தை வைத்து 'வடிகால்' என்ற சிறுகதையைத் தர்மன் எழுதியதாகக் குறிப்பிடுகின்றார்.

விருப்ப ஓய்வும் முழு நேர எழுத்துப் பணியும்

1992க்குப் பிறகு பஞ்சாலைகளிலும் நிறைய மாற்றங்கள் வர ஆரம்பித்தன. உலகமயமாக்கல் கொள்கைகளின் விளைவாக, அதிக எண்ணிக்கையிலான தொழிற்சாலைகள் மலிவான உழைப்புக்காகவும் குறைந்த சம்பளத்துக்காகவும் ஆட்களை நியமித்தன. ஆட்கள் செய்ய வேண்டிய வேலைகளையெல்லாம் இயந்திரங்களே செய்ய ஆரம்பித்தன. இதனால் பஞ்சாலைகளில் ஆட்குறைப்பு நடந்தது. நிரந்தரப் பணியாளர்கள் விருப்ப ஒய்வு பெற்றுக் கொள்ளலாம் எனவும், அவ்வாறு விருப்ப ஓய்வு பெறுபவர்களுக்குத் தங்கக் கை குலுக்கல் (Gold hand Shake) என்ற திட்டத்தை நிர்வாகம் அறிவித்தது.

விருப்ப ஓய்வு பெறுபவர்களுக்கு (Voluntary Retirement) நிர்வாகம் கூடுதலாக ஒரு லட்சம் சேர்த்துத் தருவதே பணிக்கொடையுடன் (Gratuity) தங்கக் கை குலுக்கும் திட்டம். ஏசியில் வேலைபார்த்தவர்களை ஸ்டீமர் ஹீட்டர்ல (Steamer Heater) வேலை செய்யப் பணித்தார்கள். இதுநாள் வரைக்கும் ஏசியில் வேலை பார்த்த ஆள் வெப்பத்துல கெடக்க முடியுமா? விருப்ப ஓய்வு (VRS) கொடுக்க முடிவு பண்ணி என் மனைவியிடம் சொன்னேன்.

"மனைத்தக்க மாண்புடையள் ஆகித்தற் கொண்டான்
வளத்தக்காள் வாழ்க்கைத் துணை." (குறள்-51)

இல்வாழ்க்கைக்கு ஏற்ற நற்பண்பு உடையவளாகித் தன் கணவனுடைய பொருள் வளத்துக்குத்தக்க வாழ்க்கை நடத்தகின்றவளே வாழ்க்கைத் துணையாவாள்.

“கடவுள் உங்களுக்குக் கூடுதலாக ஒரு திறமையைக் கொடுத்துருக்காரு. எழுதிப் பொழச்சிக்கலாம். வேலையை வேண்டாம்னு எழுதிக் கொடுங்க. நான் தீப்பெட்டி ஆபீசுக்குப் போறேன் குடும்பத்தைப் பார்த்துக்கறேன்னு சொன்னா. நானும் விருப்ப ஓய்வு வாங்கிக்கொண்டு முழுநேர எழுத்தாளராக மாறிவிட்டேன்” என்கிறார்.

நாடக ஆசிரியர்

தர்மன் சிறையில் கிடைத்த அனுபவத்தின் வாயிலாக நிறைய கதைகள் எழுதினார். குறிப்பாக, ‘வடிகால்’ என்ற சிறுகதையை நாடகமாகவும் இயற்றினார். இந்நாடகம் அகில இந்திய வானொலி நிலையத்தில் ஒலிபரப்பப்பட்டது. ஆறு வாரம் தொடர்ந்து ஒலி பரப்பிய தொடர் நாடகங்களும் எழுதியுள்ளார்.

வானொலி நாடகம் அமைப்பது சிரமமான ஒன்று. கூர்ந்த நோக்கும் அறிவும் படைத்தவர்கள்தான் வானொலி நாடகத்தை இயக்க முடியும். “வானொலி நாடகம் என்பது ஏராளமான தணிக்கைகள் அடங்கியது. ஒரு சிறு சொல் கூட உற்றுக் கவனிக்கப்படும். பெண்களை இழிவுபடுத்துகிற மாதிரி வசனங்கள் தணிக்கை செய்யப்படும். “மயிர்” என்கிற வார்த்தைக்குக்கூட அனுமதி கிடையாது.

இலக்கிய வடிவங்களில் நாடக வடிவம் என்பது முழுக்க மேடையோடு சம்பந்தப்பட்ட, திரைப்படத்தோடு சம்பந்தப்பட்ட கூட்டு முயற்சியால் உருவாக்கப்படுகிற ஒரு கலை வடிவம். அதில் எழுத்தாளன் என்பவனைத் தேடித்தான் கண்டுபிடிக்க வேண்டும். மேலும் தனித்த திறமைகள் நபருக்கு நபர் வேறுபடும். மிகை ஈடுபாடு உள்ள திறமைகள் மேலேறி வருவதும், மீதியுள்ள திறமைகள், படிப்படியாக மங்கி அப்புறம் முற்றாக மறைந்து போவதும் இயல்பானதே. நாடகத்தின் தேவையும் மிகமிகக் குறைவு” என்று வானொலி நாடகம் குறித்துத் தர்மன் தெரிவிக்கிறார்.

எழுத்தாளர்கள் தாம் எழுதும் நாடகம் எத்தனை மணிநேர நாடகம் என்பதைக் கொண்டு கருவை உருவாக்குகிறார்கள். ஒலிபரப்பாகும் அளவைப் பொறுத்து பாத்திரங்களை மிகுதிப்படுத்துகின்றனர். சிறிய நாடகங்களாயின் குறைந்தது ஐந்து பாத்திரங்கள் இருக்க வேண்டும்.

வானொலியின் குரல் மூலம் நேயர்களின் வரவேற்பைப் பெற்ற நடிகர்கள் பலர். அளவான காட்சிகள் வானொலி நாடகத்திற்கு அணி சேர்க்கின்றன.

வானொலி நாடகத்தில் குரல் மூலம் பாத்திரங்கள் அடையாளம் காட்டப்படுகின்றன. உரையாடல், ஒலிக்குறிப்பு, பின்னணி இசை, பாத்திரப்படைப்பு, காட்சியமைப்பு, நாடகத் தலைப்பு ஆகிய கூறுகள் வானொலி நாடகத்தில் முக்கிய இடம் பெறுகின்றன. நாம் படிக்கும்போது கேட்கும் வார்த்தைகள்தாம் என்றாலும் பேசப்படும்போது, உச்சரிப்பிலும் குரலின் தன்மையிலும் தனிப்பட்ட அர்த்தங்களைப் பெற்றுவிடுகின்றன. உணர்ச்சியைப் புலப்படுத்தும் வகையில் உரையாடல்கள் ஏற்ற இறக்கத்துடன் அமைவதால், நாடகம் காட்சியாகக் கேட்பவர் மனதில் பதிய வைக்கிறது. இதுபோன்று வானொலி நாடகங்கள் இருபதுக்கும் மேற்பட்டவற்றை எழுதி நன்மதிப்பினைப் பெற்றவர் தர்மன்.

இருநூறு ஆண்டுகளுக்கு முன் வாழ்ந்த கிளாரிந்தாவின் கதையை நாடகமாக இயற்றினார். மத்திய அரசால் பண உதவி பெற்று இந்நாடகம் தயாரிக்கப்பட்டது. 2009 ஆம் ஆண்டில் அகில இந்திய வானொலி நிலையம் ஆறு வாரங்கள் மொத்தம் ஆறு மணி நேரம் ஒலிபரப்பியது. உடன்கட்டை ஏறும் வழக்கத்தைத் தடுத்து நிறுத்தும் இக்கதை நேயர்கள் மனதில் நீங்கா இடம் பிடித்தது.

கிளாரிந்தா நாடகத்தின் கதை, இளம்பெண்ணை உயிரோடு எரிப்பதாகக் கதை தொடங்குகிறது. 1746 ஆம் ஆண்டு தஞ்சையில் பிராமணர் குலத்தில் பிறந்த பெண் கோகிலா. இளவயதில் பெற்றோரை இழந்து தன் தாத்தாவால் வளர்க்கப்பட்டவள். தாத்தா மராட்டிய மன்னன் பிரதாப்சிங் அரண்மனையில் குருவாக விளங்கியவர். அரண்மனையில் திவானாக இருந்தவர் கோகிலாவைத் திருமணம் செய்துகொள்கிறார். சிறிது காலத்திலேயே கோகிலா கணவர் மரணமடைந்துவிடுகிறார்.

இந்து பிராமண சமுதாயத்தில் கணவன் இறந்துவிட்டால் அவனோடு உயிரோடு இருக்கும் மனைவியையும் சிதையில் தள்ளி எரித்துவிடுவது வழக்கம். கோகிலாவை சிதையில் உறவினர் தள்ள அவள் மறுக்கிறாள். மறுத்த அவளைப் பிடிவாதமாக உறவினர் சிதையில் தள்ளுகின்றனர். அவளின் கூச்சலைக் கேட்டு அங்கு வந்த ஆங்கிலேய அரசின் (கிழக்கிந்திய கம்பெனியின்) இராணுவத் தளபதி கர்னல் ஜான் ஹென்றி லிட்டில்டான் காப்பாற்றுகிறார்.

அவளுக்குச் சிகிச்சையளித்து மறுநாள் மீண்டும் உறவினரிடம் கொண்டு வந்து ஒப்படைக்கிறார். பிராமண சமுதாயமே எதிர்க்கிறது.

உறவுகள் யாரும் ஆதரிக்காத நிலையில் தன்னுடனே கூட்டிச் செல்கிறார் லிட்டில்டான். தன் தாய் கிளாராவின் பெயரோடு இந்தியாவையும் இணைத்து 'கிளாரா இந்தியா' எனப் பெயர் சூட்டினார். காலப்போக்கில், கிளாரிந்தா என்று அழைக்கப்பட்டார். பாளையங்கோட்டைக்கு மாற்றலாகி வருகிறார் லிட்டில்டான்.

ஆங்கில இராணுவ வீரர்களுக்கு ஊழியம் செய்வதற்காக வந்த சி.எப்.. ஸ்வாட்ஸ் ஐயர் கிளாரிந்தாவிற்கு திருமுழுக்குக் (ஞான ஸ்தானம்) கொடுக்க மறுப்புத் தெரிவிக்கிறார். லிட்டில்டான் என்பவரின் மனைவியாக வாழ்ந்ததைக் குற்றமாகக் கருதி மறுக்கப்படுகிறது. ஜான் லிட்டில்டான் போரில் மாண்டுபோக மீண்டும் விதவையாகிறார். உலகமே அவளுக்குச் சூனியமாகத் தெரிகிறது. ஆண்டவனை முழுமையுமாக நேசிக்கத் தொடங்கினாள். இறைப்பணியைத் தொடர்ந்தாள். 1778இல் மீண்டும் பாளையங்கோட்டை வந்த ஸ்வாட்ஸ் பாதிரியார் ஆண்டவன் மீது கொண்ட விசுவாசத்தையும் பற்றையும் கண்ட பாதிரியார் கிளாரிந்தாவிற்கு ஞானஸ்தானம் கொடுக்கிறார்.

தேவாலயம், கல்விக்கூடம், கிணறுகள் என பல சமூக சேவைகளை ஆற்றுகிறார் கிளாரிந்தா. பாளையங்கோட்டைப் பகுதிகளில் கிளாரிந்தா உருவாக்கிய கிணறுகள் பாப்பாத்திக் கிணறுகள் என்று அழைக்கப்படுகின்றன. பதினாறு வயதில் உடன்கட்டை ஏறி உயிரை மாய்க்க வேண்டிய பெண் கிளாரிந்தா அறுபது வயதில் மரணத்தைத் தழுவுகிறார்.

அ.மாதவையா ஆங்கிலத்தில் 'கிளாரிந்தா' நாவல் எழுதியுள்ளார். தர்மன் கிளாரிந்தா வரலாற்றை நாடகமாக ஆக்கித் தந்துள்ளார். இந்நாடகம் திருநெல்வேலி, திருச்சி, சென்னை, மதுரை, புதுச்சேரி என அனைத்து அகில இந்திய வானொலி நிலையங்களிலும் ஒரே நேரத்தில் ஒலிபரப்பப்பட்டது. நேயர்கள் மனதிலும் நீங்காத இடம் பிடித்தார் கிளாரிந்தா. எல்லா இதயங்களிலும் கொண்டு சேர்த்தார் தர்மன். அதுவரை கிளாரிந்தா பற்றி அறியாத மக்களின் வீடுகளில் அவரின் வரலாற்றைக் கொண்டுபோய்ச் சேர்த்த பெருமை தர்மனுக்குண்டு.

எல்லோரும் நாடக ஸ்கிரிப்ட் எழுதிக் கொடுத்து விட்டு வேலை முடிந்து விட்டது என்று இருந்துவிடுவார்கள். ஆனால், தர்மன்

நாடகத்தின் ஒலிப்பதிவு முடியும் வரை கூடவே இருப்பார். தான் எழுதிய பாத்திரங்களின் இயல்பைக் குரலில் கொண்டுவர கலைஞர்களுக்கு (Artist) உதவுவார். இருபதுக்கும் மேற்பட்ட நாடகங்கள் எழுதிய தர்மன் நாடகம் எழுதுவதை முழுமையாக விட்டுவிட்டு சிறுகதை, நாவல் எழுதுவதில் ஆர்வம் காட்டினார்.

கதைகளும் இதழ்களின் பங்களிப்பும்

தற்போது பத்து சிறுகதைகளை எழுதி நூலாக வெளியிடுகின்றனர். ஆரம்ப காலங்களில் எழுத்தாளர்களுக்கான அங்கீகாரத்தை இதழ்களே வழங்கின. சோ.தர்மனும் இதழ்களால் அறியப்பட்ட எழுத்தாளர்தான். 1980–இல் “மகாநதி” இதழில்தான் இவருடைய முதல் சிறுகதை “விருவு” வெளியாகியது. அதைத்தொடர்ந்து புதிய பார்வை, தாமரை, செம்மலர், சதங்கை, சுபமங்களா, தினமணிக்கதிர், ஆனந்தவிகடன், இந்தியா டுடே ஆகிய பத்திரிக்கைகளில் வெளிவந்தன.

தினமணிக்கதிரில் மூன்று வாரம் தொடர்ந்து மூன்று கதைகள் வெளிவந்து வாசகர் மத்தியில் பாராட்டுக்களைப் பெற்றன. சிறந்த எழுத்தாளர் ஆவதற்கான விளம்பரத்தை இதழ்கள் தேடித் தந்தன. சுபமங்களாவில் 1992-இல் வெளியான “நசுக்கம்” சிறுகதை முதலில் இலக்கியச் சிந்தனை விருதினைப் பெற்றுத் தந்தது. பிரேமா நந்தகுமார் மதிப்பீட்டாளராக இருந்து தேர்ந்தெடுத்த கதை. இந்தியா டுடேயில் வெளிவந்த “அகிம்சை” சிறுகதை 1984–இல் இலக்கியச் சிந்தனை விருதினைப் பெற்றுத் தந்தது. சிவசங்கரி மதிப்பீட்டாளராக இருந்து தெரிவு செய்தார்.

எந்தக் கலைப்படைப்பாக இருப்பினும் ஒரு முழுமைத் தன்மையும் கதையினின்று பிரித்துப் பார்க்கவியலாத அம்சங்களும் வேண்டும். இவை சிறுகதையின் உயிர்நாடியாக அமைகின்றன. இடமும் காலமும் குறுகியவையாக இருந்தாலும் கதை துடிப்புள்ளதாக அமைய வேண்டும். அப்படி அமைந்த கதைகள் வெற்றியைத் தழுவுகின்றன.

நூல் வெளிவரத் துணைநின்றோர்

பல்வேறு இதழ்களில் தர்மனின் சிறுகதைகள் வெளிவரத் தொடங்கின. ஆனால் அவற்றை ஒன்று திரட்டி நூலாக வெளியிடும் திட்டம் அவருக்கு இல்லாமல் இருந்தது. அதற்குக் காரணமும் இருந்தது. எக்காரணத்தைக் கொண்டும் பணம் செலவழித்து

நூல் வெளியிடக் கூடாது என்பதுதான். 1992-இல் தினமணியில் 'பிரசுரிக்கப்பட்ட கதைகளை நூலாக்கம் செய்து வெளியிடப்பட முடியாதவர்களுக்கு நூலாக்கம் செய்து வெளியிடப்படும். தொடர்பு கொள்ளவும்' என்று இராயப்பேட்டையில் உள்ள சிந்து பதிப்பக அறக்கட்டளை விளம்பரம் செய்திருந்தது.

விளம்பரத்தைப் பார்த்த தர்மன் இதழ்களில் வெளிவந்த தன்னுடைய பதினைந்து சிறுகதைகளைக் கத்தரித்து அனுப்பினார். அக்கதைகளை 'ஈரம்' என்ற தலைப்பிட்டு நூலாக சிந்து பதிப்பகம் வெளியிட்டது. பெரிய அளவில் வெளியீட்டு விழா ஏற்பாடு செய்யப்பட்டது. சென்னையில் காதி கிராமிய யோக்தாபவனில் விழா நடைபெற்றது. நடிகர் கமல்ஹாசன், எழுத்தாளர் சுஜாதா ஆகியோர் நூலை வெளியிட்டனர். எழுத்தாளருக்கான இருபத்தைந்து படிகளும் ராயல்டியும் மேடையிலேயே தர்மனுக்குப் பதிப்பகத்தார் வழங்கிச் சிறப்பித்தனர்.

புனைகதையில் மாற்றம்

சிறுகதைகளை எழுதிக்கொண்டிருந்த தர்மனுக்கு நாவல் எழுத வேண்டுமென்ற வேட்கை மிகுதியாய் இருந்தது. "ஒரு சிட்டிங்ல உட்கார்ந்தா ஒரு கதை எழுதிவிடலாம். ஆனா நாவல் அப்படியில்லை கதையின் கருவைச் சுமந்து கொண்டே அலைய வேண்டும்" என்கிறார். தொழிற்புரட்சி ஏற்பட்ட காலத்தில் விவசாய மக்களுக்கு ஏற்பட்ட நெருக்கடியும் நலிவையும் கண்டுணர்ந்த தர்மன் அதைப் பதிவு செய்ய சிறுகதையில் முடியாது என்று எண்ணுகிறார்.

தொழில்மயமாதலால் விவசாயம் நலிவடைதலையும் விவசாய நிலங்கள் தொழிற்சாலைகளுக்கு விற்கப்படுகின்ற சூழலையும் சிறுகதைக்குள் திணிக்க முடியாத நிலையில் நாவலாக உருப்பெறுகிறது. இன்று எழுதிக் கொண்டிருக்கும் பெரும்பாலான எழுத்தாளர்கள் முதலில் கவிதை எழுத ஆரம்பித்து பின்னர் சிறுகதை, நாவல் என வளர்ந்தவர்களே. கவிதையில் சொல்ல முடியாததை சிறுகதையில் சொல்லலாம். சிறுகதையில் சொல்ல முடியாததை, நாவலில் சொல்லலாம். "பரப்பு விஸ்த்தாரம் கூடக் கூட சொல்லும் விஷயங்களைச் சிக்கலின்றி கூடுதல் சுதந்திரத்துடன் வெளிப்படுத்த நாவலே சிறந்த வடிவம்" என்கிறார்.

"சோ.தர்மனின் புனைவுலகம் அடித்தள மக்களைச் சார்ந்தது. ஆனால் கழிவிரக்கமோ அரசியல் சீற்றமோ அற்றது. இந்தத்

தனித்தன்மையே அவரை முக்கியமான படைப்பாளியாக ஆக்குகிறது" என்று தர்மனின் புனைவுலகம் குறித்து எழுத்தாளர் ஜெயமோகன் குறிப்பிடுகின்றார்.

"வெக்கை மிகுந்த கரிசல்காட்டு மக்களின் வாழ்வை உயிர்த்துடிப்புடன் நாவலில் எழுதியவர். தன்னைப் பாதிப்பவைகள், பாதித்தவைகளை சோ.தர்மன் படைப்பாக்குகிறார். கிராமிய வட்டாரங்களைப் பாதிக்கின்ற உக்கிரமான விசயங்கள் அல்லது அக்கிரமமான விசயங்கள் அவைகளில் புதிய புள்ளிகளை, முனைகளை அவர் தேர்வு செய்கிறார்" என்று எழுத்தாளர் பா.செயப்பிரகாசம் தர்மன் பற்றிக் கூறுகிறார்.

"சோ.தர்மனின் பாத்திரங்கள் கரிசல் மண்ணின் அசலான மனிதர்கள். அவர்கள் மேனியில் கரிசல் மண் படிந்திருக்கும் அல்லது கந்தகம் படிந்திருக்கும். அதே சமயம் அவரது எந்தக் கதையிலும் கோஷங்கள் உரத்து ஒலிக்கவில்லை. மண் மீதும் மனிதர்கள் மீதும் அவருக்குள்ள அக்கறையும் பரிவும் ஈரமும் அவரது சிறுகதைகளில் வெளிப்பட்டுள்ளன. சோ.தர்மனின் சிறுகதைகளில் எந்த நவீனத்துவ 'இசங்களின்' பாதிப்பும் படியவில்லை. மாறாக, தன் வாழ்விலிருந்தே கதைக் கருக்களைத் தேர்ந்தெடுக்கிறார்.தான் சார்ந்த எந்த இயக்கங்களின் சாயல்களோ மனச்சாய்வோ தன் எழுத்துக்களின்மீது விழாமல் பார்த்துக் கொண்டிருப்பதே இவரின் தனித்தன்மை" என்றெல்லாம் தர்மனின் எழுத்துக்கள் பலராலும் பாராட்டப்பெற்றவை.

பலர் அவர் கதைகள் குறித்து கருத்துக்கள் கூறினாலும் நவீன கதைகள் குறித்து அவர் பின்வருமாறு கூறுகிறார். "கதைப்போக்கு என்பது ஆண்டாண்டு காலமாய் நம்மீது திணிக்கப்பட்டிருக்கும் கதாநாயகன், கதாநாயகி, வில்லன், கோமாளி போன்ற பாத்திரங்களின் "மோல்டு" செய்யப்பட்ட கதையமைப்பு. இன்றைய நவீன கதை சொல்லல் என்பது, அந்த முறையிலிருந்து முற்றிலும் வேறுபட்டது. பாத்திரங்களுக்குக் கொடுக்கப்படும் முக்கியத்துவத்தைவிட, சூழல் குறியீடு, சம்பவங்களை முதன்மைப்படுத்துவது, மீண்டும் மீண்டும் வாசிக்கத் தூண்டும் அடர்த்தி, ஒவ்வொரு வாசகனுக்கும் அவனுடைய இலக்கியப் புலமைக்குத்தக்க அர்த்தச் செறிவு ஊற்றெடுத்துக் கொண்டே இருக்கும்."

மனைவியும் மரணமும்

ஊடகங்கள் இன்று மனிதர்களை வெவ்வேறாய்ச் சிதறடித்துவிட்டன. மனம் விட்டுத் தம்பதிகள் பேசிக்கொள்வதும்;

கணவன் சாப்பிட்டதும் மனைவி வெற்றிலை மடித்துக் கொடுத்து இரசித்து வாழ்ந்த வாழ்க்கை இன்றைக்கு இல்லை. இன்பமோ துன்பமோ எதுவானாலும் அதை முழுமையாய் அனுபவிக்கவிடாமல் நம்மைச் சமூக வலைத்தளங்கள் ஆக்கிரமிப்பு செய்து கொள்கின்றன. இந்தப் பிரச்சினைகள் முந்தைய தலைமுறை தர்மனுக்கு இல்லை. கணவனை மனைவியும் மனைவியைக் கணவனும் புரிந்து கொண்டாலே அது மகிழ்வான இல்லறம்தான்.

ஒரு காரணமும் இன்றி மனைவியை வெறுப்பவர்கள் உண்டு. அவரது ஒவ்வொரு செயலிலும் குற்றம் காண்பவர்களும் உண்டு. ஆனால் தர்மன் இச்செயலுக்கு எதிரானவர். தன் மனைவி மாரியம்மாளுக்கு மனதில் உயர்ந்த இடம் அளித்துள்ளார். "1976-க்கு முந்தைய நாட்களில் நான் துணிச்சல்காரனாக யாரையும் சட்டென்று கைநீட்டி விடுபவனாக இருந்தேன். 1980-இல் என் மனைவியைக் கை பிடித்த பிறகு புத்தனாய் மாறிப் போனேன்" என்கிறார். தொழிலாளர் சங்கத் தலைவராய் இருந்தபோது பல போராட்டங்களில் ஈடுபட்டு சிறை சென்றபோதும்கூட என் மனைவி என்னைத் தடை செய்ததில்லை என்கிறார்.

எவனொருவன் மனைவியின் கையில் சம்பளத்தைக் கொண்டு வந்து அப்படியே கொடுக்கிறானோ அவனுக்கு வாழ்க்கையில் நிலைத்த நிம்மதி கிட்டும் என்று தன் அனுபவத்தின் வாயிலாகச் சொல்கிறார் தர்மன். குடும்பச் சூழலை மாரியம்மாவே கவனித்துக் கொண்டார். தர்மனுக்கு உடுத்த ஆடைகள் முதற்கொண்டு அவர்தான் வாங்கித் தருவது வழக்கம்.

கதையெழுத ஆரம்பித்ததும் பத்திரிகைகளிலிருந்தும் முக்கியமானவர்களிடமிருந்தும் பக்கத்து வீட்டுத் தொலைபேசிக்கு அழைப்பு வரும். 'மாரியம்மா ஓம் புருசன் என்ன வேலைக்குப் போறாரு. எல்லாரும் இவரத் தேடி வறாங்க' என்று பக்கத்து வீட்டுக்காரம்மா சொல்வார். ஆராய்ச்சி மாணவர்களும் இவரைத் தேடி வருவதுண்டு. அப்போதெல்லாம் "ஓம் புருசனைத் தேடி பொண்ணுங்களெல்லாம் வர்றாங்க" என்று தெருப் பெண்கள் சொல்வார்கள். கிண்டலாய்ச் சொல்லுபவர்களிடம் 'அவரப் பத்தி எனக்குத் தெரியும்' என்று மாரியம்மாள் அங்கலாய்த்துக் கொள்வார். "தெருவில் எல்லோரும் இவளைத் தேடி வருவாங்க. எல்லோருக்கும் அவ நல்ல புள்ள, தெருவில் உள்ள வீடுகளில் நடக்கும் பிரச்சனைகளுக்கு அவள்தான் பஞ்சாயத்துப் பேசுவாள்.

இப்போதும் தெருவில் பெண்கள் பேசும்போது "ஒனக்குச் சரியான ஆள் இல்லாமல் போச்சு" என்று சொல்லுவதுண்டு என்று மனைவியை நினைவுகூர்கிறார்.

2009-இல் தீபாவளிக்கு மறுநாள் நெஞ்சு வலி என்று சொன்ன மாரியம்மாவை மருத்துவமனைக்குக் கூட்டிச் சென்றார் தர்மன். கொண்டு சென்ற பத்து நிமிடத்திற்குள் மாரியம்மாளின் உயிர் மாயமானது. எழுத்துக்களுக்கு இடையூறு தராமல் இயக்கியவர். முதலாளித்துவச் சுரண்டலுக்கு எதிராகக் குரல் கொடுத்துச் சிறை சென்றபோதெல்லாம் குடும்பத்தைப் பார்த்துக் கொண்டவர்.

எழுத்துப் பணி தொடர வேலையை விட்டபோது, தான் தீப்பெட்டித் தொழிற்சாலை சென்று உழைத்தவர். வாழ்ந்த காலங்களில் ஒரு நாளேனும் இருவரிடத்தும் சண்டையே வந்ததில்லை. "நான் அவளுக்குப் பெரிதாய் ஒன்றும் செய்ததில்லை. ஒரு முறை மதுரையில் என் மாமாவைப் பார்த்து விட்டு வந்தேன். அப்போது பேருந்து நிலையத்தில் ஊமைப் பையனுக்குக் காசு கொடுக்க என்னிடம் சில்லரை இல்லை. ஒரு லாட்டரிச் சீட்டு வாங்கினேன். கொண்டு வந்து வீட்ல டேபிள்ல போட்டுட்டேன்.

இரண்டு நாள் கழிச்சு எதேச்சையாய் பேப்பரில் லாட்டரி முடிவுகளைப் பார்த்தேன். அப்போதுதான் சீட்டைத் தேடினேன். அந்த நம்பரை வைத்துப் பார்த்தபோது அந்த நம்பருக்கு ரூ.50,000 பரிசு விழுந்திருந்தது. என் மாமா டி.எஸ்.பியிடம் சொன்னேன். அவர் லாட்டரி ஏஜெண்ட் ஏ.எஸ்.சேகரிடம் சொல்லி வாங்கிக்கொடுத்தார். அதில் என் மனைவிக்கு நான்கு பவுனில் சங்கிலி எடுத்துக் கொடுத்தேன். அதைத்தான் கடைசி வரைக்கும் போட்டிருந்தா. இப்ப பசங்க சம்பாரிக்கிறாங்க. எனக்கும் கஷ்டமில்லை ஆனா அவளுக்குக் கொடுத்து வக்கல. இதுதான் வாழ்க்கை.

எப்போ எது நடக்கும்ன்னு தெரியாது. அதிலிருந்து மீண்டு வர ரொம்ப கஷ்டப்பட்டேன். "கண்ணைக் கட்டிக் காட்டுல விட்ட மாதிரி இருந்துச்சு" என்கிறார். கிராமத்தில் சொல்வது போல் "சாவு என்பது காலைச் சுத்துன பாம்பு மாதிரி கடிக்காம விடாது" எப்போது என்பது தான் கேள்வி? இந்த இடைப்பட்ட காலத்தில் செம்மாந்த வாழ்வை வாழ்ந்து விட்டுச் சென்றுவிட வேண்டும். 'சாவ நம்பித்தான் பொழப்பே இருக்கு' என்று கிராமத்தில் சொலவட சொல்வதுண்டு. கடுங்காற்று அடிக்கும்போது முதிர்ந்த பழங்கள் உதிர்கின்றன. பிஞ்சுகளும் உதிர்ந்து விடுதல் உண்டு.

"மற்றறிவாம் நல்வினை யாம்இளையோம் என்னாது
கைத்துண்டாம் போழ்தே கரவாது அறம்செய்ம்மின்
முற்றி யிருந்த கனியொழியத் தீவளியால்
நற்காய் உதிர்தலும் உண்டு. (நாலடியார் - 19)

கூற்றுவன் முதியவரை மட்டுமல்லாது இளைஞரையும் எடுத்துக் கொள்வதுண்டு என்று நாலடியார் கூறுவதுபோல் கூற்றுவன் மாரியம்மாளையும் இளவயதில் அழைத்துச் சென்றுவிட்டான்.

செம்மையான வாழ்க்கை வாழ்ந்து தன் கணவன் மனதில் நீங்கா இடம் பிடித்த பெண்மணி மாரியம்மாள். "என் மனைவி எங்க அம்மாவையும் அய்யாவையும் நல்லா பாத்துக்குவா. அவ போனதுதான். எங்க அம்மா என் வீட்டுக்கே வருவதில்லை. அவ இல்லாத வீட்டுக்கு நான் வரமாட்டேன்னு கடைசிவரைக்கும் வரல. நான் போய் உருளக்குடியில் அம்மாவைப் பார்த்து வருவேன்" என்று மனைவியின் அன்பினைப் பகிர்கிறார் தர்மன்.

பெற்றோரின் மரணம்

"காக்கையை வீட்டிற்குள் பிடித்து வருகிறார் எங்கய்யா. என் தாய் வய்யிரதையும் பொருட்படுத்தாமல் வீட்டிற்குள்ளே கொண்டு வந்து காக்கை காலில் ஒரு சலங்கையைக் கட்டிப் பறக்கவிடுகிறார். எங்கம்மா 'சனியன வீட்டுக்குள்ளே கொண்டு வாறீயே என்ன மனுசன் நீ' என்று திட்டுறா... அது எதையும் காதில் வாங்கல. காக்கா சலங்க சத்தத்தோட பறக்கிறதைப் பாத்து எங்கய்யாவுக்கு ஆனந்தம். இதைத்தான் என் நாவலில் ஒரு இடத்தில் பதிவு செய்திருப்பேன்" என்கிறார்.

ஆனந்தமாய் வாழ்வைக் கழித்த தர்மனின் தந்தைக்கு 2016ஆம் ஆண்டில் உடல் நலக்குறைவு ஏற்படுகிறது. முதுமையினால் ஏற்பட்ட உடல்நலக்குறைவு. மருத்துவமனையிலிருந்து வீட்டுக்குக் கூட்டிச் செல்லச் சொல்கிறார் சோலையப்பன். "வீட்டுக்குக் கூட்டிட்டுப் போ மனநிறைவான வாழ்க்கை வாழ்ந்துவிட்டேன்" என்று அய்யா சொன்னதும் வீட்டிற்குக் கூட்டிட்டு வந்துட்டோம். சொந்த பந்தங்களையெல்லாம் அழைத்துத் திருநீறு பூசிவிடுகிறார். தண்ணி, சாப்பாடு எதுவும் குடிக்காம தன்னைத் தானே கட்டுப்படுத்திக் கொண்டதால் அவரை விட்டு உயிர் பிரிந்து விடுகிறது.

இந்த உலகத்தில் யாருக்குமே கிடைக்காத பாக்கியம் எனக்குக் கிடைத்தது பெரும் பாக்கியம். நான் ராமனின் தோள்களில்

பயணப்பட்டிருக்கேன். சீதையின் மடியில் படுத்து உறங்கியிருக்கேன். அனுமனின் விகார முகமும் நீண்ட வாலும் மாயமான் மாரீசனின் கொம்புகளும் என் விளையாட்டுப் பொருட்கள்.

ஒயில் கும்மி என்று சொல்லக்கூடிய ராமாயணக் கூத்தில் என் அய்யாதான் ராமர் வேஷம். என் மாமா லக்ஷ்மணன் வேஷம். சின்னைய்யா சீதை வேஷம்.இவர்கள் தூக்கி விளையாடும் செல்லப்பிள்ளையாய் நான். கடைசிவரை கூத்தைக் கடவுளாகப் போற்றி ராமனாகவே வாழ்ந்து மறைந்தவர் என் அய்யா. அவர் என்னுள் விதைத்துச் சென்ற கதைகளையே நான் உங்களுக்குச்சொல்லிக் கொண்டிருக்கேன்.

கூத்தாடப் போகவேண்டாம். விவசாயம் வம்பாப் போகும். அந்தந்த நேரத்துல அந்தந்த வேலை செய்யலன்னா சம்சாரித்தனம் நாசமாகிரும் என்று தினமும் சண்டை போட்ட என் அம்மாவை மீறி கூத்தாடிய கலைஞன் என் அய்யா. அம்மா சொன்னதுமாதிரியே விவசாயம் நாசமாகியது. சின்னஞ் சிறுசுகளாக நாங்கள் ஆறு குழந்தைகள். அவர் கட்டி ஆடிய சலங்கைக் கெச்சத்தை பூஜையறையில் வைத்துத் தினம் வழிபட்டாள் அம்மா.

வெற்றிலையை இரண்டாக மடித்து காம்பு கிள்ளி நரம்பை உரித்து நான்காய் மடித்து அண்ணாந்து வாயில் வைத்தவுடன் பீமனும் கீசகனும் யுத்தம் செய்யும் கதையை எங்கள் அய்யா சொல்லும் அழகே அழகு. வேஷத்தில் மட்டுமல்ல நிஜவாழ்க்கையிலும் ராமனாக வாழ்ந்து மறைந்த என்னை எழுத்தாளனாக்கிய என் அய்யாவை நினைக்கும் போதெல்லாம் கண்கள் பனிக்கின்றன.

தந்தையின் இறப்பிற்குப் பிறகும் தாய் பொன்னுத்தாய் கிராமத்தை விட்டு வரவில்லை. 88 வயதைக் கடந்த நிலையிலும் தாய் பொன்னுத்தாய் யாரையும் எதிர்பார்க்காமல் கிராமத்து வாழ்க்கையை அனுபவித்து வந்தார். எல்லோரும் எதிர்கொள்ளக்கூடிய மரணம் கிராமத்து மனுஷியையும் விட்டுவைக்கவில்லை. 05.04.2020 அன்று வயது முதிர்வின் காரணமாக இவ்உலக வாழ்வை நீத்தார். "தாயை இழந்த எல்லாப் புத்திரர்களுக்கும் ஏற்படுகிற சோகம்தான் எனக்கும்.

எங்க அம்மா இளக்காரமான மனசுக்காரி. யாருக்கும் இரக்கப்படுவா. அந்தக் காலத்துல நாலாம் வகுப்பு படிச்சிருக்கா. கையெழுத்துப் போடுவா. புஸ்தகம் படிப்பா. பெரிய சம்சாரி மக. பதினாலு வயசிலயே வாக்கப்பட்டு வந்துட்டா. வாழவந்த பிறகு

சம்சாரி வீட்ல உள்ள அத்தன வேலைகளையும் கத்துக்கிட்டா. ஆறு பிள்ளைகளைப் பெத்து வளத்து ஆளாக்குனதுல அவ பங்கு அதிகம். ரொம்ப தைரியசாலி. கிணத்துல பங்காளிங்க முறை வச்சு தண்ணி பாச்சுவாங்க. ராத்திரி பகல்னு மாறி மாறி முறை வரும். ராத்திரி எங்க அய்யா கமல எறப்பாரு. அம்மா இருட்டுல சோளத்துக்குத் தண்ணி வெலகுவா. நாலஞ்சி பாத்திகள ஒன்னா கொத்தி விட்டுட்டு வீட்டுக்கு வந்து பிள்ளைக ஒறங்குதான்னு பாத்துட்டுப்போவா.

எங்க பாட்டி, வாழா வெட்டியா இருந்த எங்க அத்தன்னு எல்லாரையும் அம்மாதான் பாத்துக்கிட்டா. சின்னையா வீட்டுக்குப் போகமாட்டேன்னுட்டாங்க. ஆடு, மாடு, பறவன்னு எதையும் பட்டினி போடமாட்டா. வயசாகிப் போனாலும் தாயில்லையா. அவ பட்ட கஷ்டங்களை நெனைக்கும்போது மனம் கனத்துப் போகுது" என்று தாயின் நினைவுகளைத் தர்மன் பகிர்ந்துகொண்டபோது கேட்பவர் மனமும் கனத்துப் போனது. தியாகத்தின் மறு உருவம் தாய். தாயிற் சிறந்த கோயிலுமில்லை. நம்மிடம் எந்த ஒரு கைமாறும் எதிர்பார்க்காமல் வாழ்நாள்வரை பொழிந்து கொண்டே இருக்கும் மிகை நேசம் தாயன்பு ஆகும்.

கதை சொல்லியாய்....

கரிசல் எழுத்தாளர் கி.ராவிற்கு அடுத்த நிலையில் நல்ல கதை சொல்லி சோ.தர்மன். திரைப்பட இயக்குநர்கள் எத்தனையோ பேர் இவரிடம் கதை கேட்டும் கதையை விவாதித்தும் (Discussion) இருக்கிறார்கள். வசந்தபாலன், நாசர், தலைவாசல் விஜய், தங்கர்பச்சான் போன்றோர் குறிப்பிடத்தக்கவர்கள். இன்றும் இயக்குநர்கள் வருவதுண்டு. லொகேசன் (Location) பார்த்துச் சொல்வதுண்டு. "கருவேலம்பூக்கள்" படத்தை இயக்கியவர் என் தாய்மாமா பூமணி. அப்போது நான் துணை இயக்குனராகப் பணியாற்றியிருக்கிறேன்.

மத்திய திரைப்படத்துறையின் நிதி நல்கையோடு எடுக்கப்பட்ட படம். சிறுவர்களைத் தீப்பெட்டித் தொழிற்சாலையில் பயன்படுத்துவது பற்றிய கதை. ராதிகா, நாசர் நடித்திருப்பார்கள். அந்தப் படத்திற்குப் பிறகு அவர் சினிமாத் துறைக்கு வரலன்னுட்டார். மத்திய அரசு குடுத்த பணத்துல செலவு போக மீதி ஏழு லட்சத்தைத் திருப்பிக் கொடுத்துட்டார். ரொம்ப நேர்மையானவர்.

நிறைய இயக்குனர்களுக்குக் கதை யோசனை சொல்லியிருக்கிறேன். கன்னட எழுத்தாளர் 'நஞ்சுண்டன்' என்னிடம் கன்னட மொழிச் சொற்களை மொழிபெயர்க்கும்போது அதற்கு இணையான தமிழ்ச் சொற்களைக் கேட்டதுண்டு. 'கட்டுப்பாடற்ற நிலைக்குத் தமிழில் என்ன தர்மன்னு' கேட்டார். ஆதாளி, குதியாளம், கும்மரிச்சம் இதுபோல் பயன்பாட்டில் உள்ள வழக்குச் சொற்களைச் சொன்னேன். அவர் வியந்து போனார்.

நம் தமிழ்மொழியில் இல்லாத சொற்களே இல்லை. நம் முன்னோர்கள் பேசிய சொற்கள் இன்று பயன்பாட்டில் குறைந்து இருக்கலாம். ஆனால் நம் மொழி பண்பாட்டில் உயர்ந்து நிற்கிறது.

***

சோ.தர்மன்
படைப்புகள்

2

சோ.தர்மன் படைப்புகள்

காப்பியக் கதைகளில் மட்டுமே அறத்தைச் சொல்ல முடியும் என்பதில்லை. எதார்த்தத்தை உள்வாங்கிக்கொண்ட நடப்பியல் தன்மை கொண்ட புனைகதைகளிலும் அறம் சொல்லப்படுகின்றன. அந்தவகையில், ஒவ்வொரு இலக்கியமும் அறம் சொல்லப்படுவதாகவே அமைகின்றன. படைப்பாளர் தாம் அறிந்த செய்திகளையும் அனுபவத்தில் பெறப்பட்டவற்றையும் படைப்புகளில் வெளிப்படுத்துகின்றார். கரிசல் பூமியின் மணம் மாறாமல் அம்மக்களின் வாழ்வியல் சூழலை சோ.தர்மன் படைப்புகளாகத் தந்துள்ளார்.

சோ.தர்மனின் படைப்புகள்

1 ஈரம்–சிறுகதைத் தொகுப்பு - சிந்து பதிப்பகம், சென்னை, 1994.

2 தூர்வை - நாவல் - அன்னம் பதிப்பகம், சிவகங்கை, 1996.

3 சோகவனம் - சிறுகதைத் தொகுப்பு - சாருலதா பதிப்பகம், சென்னை, 1999.

4 வில்லிசை வேந்தர் பிச்சைக்குட்டி - வாழ்க்கை வரலாறு, மலைமகள் பதிப்பகம், சேலம், 2002.

5 வனகுமாரன் - சிறுகதைத் தொகுப்பு, சாருலதா பதிப்பகம், சென்னை, 2003.

6 கூகை – நாவல்- காலச்சுவடு பதிப்பகம், நாகர்கோவில், 2005.

7 சோ.தர்மன் கதைகள்– சிறுகதைத் தொகுப்பு, சந்தியா பதிப்பகம், சென்னை, 2010.

8 சூல் – நாவல்- அடையாளம் பதிப்பகம், புத்தாநத்தம், திருச்சி, 2016.

9 சோ.தர்மன் முத்துக்கள் பத்து, திலகவதி (தொ.ஆ) - அம்ருதா பதிப்பகம்-சென்னை, 2016.

10 நீர்ப்பழி - சிறுகதைத் தொகுப்பு - அடையாளம் பதிப்பகம், புத்தாநத்தம், திருச்சி, 2020.

11 பதிமூனாவது மையவாடி – நாவல் - அடையாளம் பதிப்பகம், புத்தாநத்தம், திருச்சி, 2020.

12 வௌவால் தேசம் - நாவல் - அடையாளம் பதிப்பகம், புத்தாநத்தம், திருச்சி, 2021.

சிறுகதைகள்

சிறுகதை எழுத்தாளராக முதன் முதலில் அறியப்பட்டவர்தான் சோ.தர்மன். அதன் பிறகே, தான் எடுத்துக்கொண்ட சம்பவங்களை விவரிக்க சிறுகதை போதாது என்று நாவல் என்கிற இலக்கிய வகைமையைக் கையிலெடுத்தவர். ஏராளமான சிறுகதைகள் எழுதியிருந்தாலும் 2022ஆம் ஆண்டில் “நீர்ப்பழி” என்ற நூலில் தொகுத்தளித்துள்ள 68 சிறுகதைகள் இங்கு பட்டியலிடப்படுகின்றன.

1. விருவு 2. வாழையடி 3. (அ)ஹிம்சை 4. மனிதம் 5. தொக்கம் 6.நசுக்கம் 7.சத்தியங்கள் 8.மனுஷம் 9.முளைக்கும் சிறகுகள் 10. ஈரம் 11.சோறு 12.சருகுகள் 13.குருத்து 14.சார்.........போஸ்ட் 15.சிதைவுகள் 16.குறளி வித்தைக்காரன் 17.உதிரப்பூ 18.அழுக்கு 19.அப்பாவிகள் 20.தவம் 21.கோணல்கள் 22.கழிவுகள் 23.ஒச்சம் 24.மணம் 25.மாடுகள் 26.தழும்பு 27.இரவின் மரணம் 28.சோகவனம் 29.அழுத்தம் 30.மிதவை 31.அடமானம் 32.சிகிச்சை 33.வலைகள் 34.சிருஷ்டி 35.மருந்து 36.ஊழ் 37.அன்பின் சிப்பி 38.அவஸ்தை 39.சாபம் 40.இருந்தது 41.நீர்ப்பழி 42.மைதானம் 43.நிழல்பாவைகள் 44.சிலையல்ல கண்ணகி 45.சட்ட வேலிகள் 46.இறுக்கம் 47.மனம் என்னும் ஊஞ்சலிலே 48.எனக்கான அரிசி 49.சிதறல்கள் 50.வனகுமாரன் 51.நடப்பு 52.விட்டுவிலகி 53.நாசி 54.தற்காத்து........ 55.கொடிகளின் நிறம் 56.பார்த்துக் கொண்டிருக்கும் பிரபஞ்சம் 57.வம்சம் 58.வார்த்தைகள் 59.விசாரம் 60.வாதை 61. மையல் இப்பி 62. ராஜ மாதா 63. நாராய்... நாராய் 64.மணம் 65. வடிகால் 66. தண்ணீரும் பண்பாடும் 67. ரேகைகள் [illegible]வதில்லை 68. சங்கிலி

மேற்கூறிய அனைத்துக் கதைகளும் எதார்த்தப் புனைவுகளாக அமைந்தவை. வாழ்வில் அனுபவித்த கண்டறிந்த அனுபவங்களையே இக்கதைகள் காட்டுகின்றன. ‘ஒரு பானை சோற்றுக்கு ஒரு சோறு பதம்’ என்பது போல அனைத்துக் கதைகளுமே சிறந்தவைதான் என்றாலும் அவருக்கு விருதுகளை வாங்கித் தந்த சிற்சில கதைகள் மட்டும் எடுத்துக்காட்டப் பெறுகின்றன.

விருவு

சோ.தர்மனை எழுத்தாளராக உலகிற்கு அறிமுகப்படுத்திய சிறுகதை "விருவு" என்பதாகும். 1980-இல் கவிஞர் பரிணாமனின் "மகாநதி" என்ற இதழில் வெளிவந்தது. வெள்ளாமையை நம்பிக் கடன் வாங்கிய சுப்புக்குட்டியால் கடனைத் திருப்பிச் செலுத்த முடியவில்லை. கடந்த வருடம் மழையில்லாமல் விளைச்சல் இல்லை. ஆகையால் கடனைத் திருப்பிச் செலுத்த முடியவில்லை என்கிறான். சோமசுந்தர ரெட்டியார் "ம்..... என்ன... சுப்புக்குட்டி மழ பேஞ்சிருச்சில்ல"

"என்னமோ சாமி ஒங்க புண்ணியத்துல மழ மொதல்லயே முன்னேறிப் பேஞ்சிருக்கு".

"மழ நல்ல மழதான் முன்னேறிப் பேஞ்சிருக்கு. நம்ம பணத்துக்கு என்னப்பா சொல்ற........"

இந்த வட்டம் எப்படியும் சித்திர காலவதியில வட்டியும் மொதலுமாகச் சல்லி மாறி குடுத்துறஞ்சாமி" (ப.20) என்று சொல்லிக் கூனிக் குறுகி நின்றான். ரெட்டியாரோ பத்து நாட்களுக்குள் கடனை அடைக்க வேண்டும். இல்லையெனில் 'புஞ்சய நான் விற்பேன்' என்கிறார். எவ்வளவு சொல்லியும் ரெட்டியார் விடாப்பிடியாய் நிற்கிறார்.

"பத்து நாளுக்குள்ளயெல்லாம் பணம் ஒண்ணும் தெரட்ட முடியாது. திடுதிப்னு வந்திக்கிட்டு மலடிய புள்ளப் பெறுன்னா எங்கிட்டு கூடிப் பெறுவா" (ப.22) என்று துடுக்காய்ச் சொல்லிவிடுகிறான். என்னை மீறி எவனுக்கும் விற்க முடியாது என்கிறான். அடுக்கடுக்காய் சுப்புக்குட்டிக்குக் கஷ்டங்கள் வந்து சேர்ந்ததால் திருப்பிக் கொடுக்கமுடியவில்லை. மகனுக்கு ஏற்பட்ட நோய்க்கு செலவு பண்ணி கொஞ்சம் தேறிய நேரத்தில் மயிலைக்காளை ஒன்று திடுதிப்னு செத்துப்போகிறது. மனைவி நிறை சூலியாய் இருக்க, கம்புப் பயிர் பொதியில் வந்து நிற்க, இவற்றைச் சமாளிக்கக் கடன் வாங்குகிறான். விடிந்ததும் விதைப்புக்குக் கிளம்புகிறான்.

தூரத்தில் ஒன்றிரண்டு வெள்ளை வேட்டிகள் தெரிகிறது. "மகன் மனைவி மூன்று பேரின் கால்களின் தடங்களும் நிலத்தில் ஆழப் பதிந்து துணிப்பாய் மின்னியது" என்று கதையை முடிக்கிறார். வெள்ளை வேஷ்டி சட்டை உருவங்களை கரிசலில் முளைத்த

காளான்களாய்த் தெரிந்தன என்கிறார். சுப்புக்குட்டி நிலத்தை விடமாட்டான் என்ற நம்பிக்கையை "கால் ஆழப் பதிந்தது" என்ற சொற்கள் உணர்த்தி நிற்கின்றன.

"விருவு" என்பது கரிசல் காட்டில் நில வெடிப்பைச் சொல்லும் வழக்குச் சொல். சுப்புக்குட்டியின் மனதிலும் விருவோடியிருந்தது என்பதை உணர்த்தும் வகையில் குறியீடாகத் தலைப்பை அமைத்திருக்கிறார்.

நசுக்கம்

1992-இல் சுபமங்களா இதழில் வெளிவந்த சிறுகதை 'நசுக்கம்'. *1992*-ஆம் ஆண்டின் சிறந்த சிறுகதையாகத் தேர்வு செய்யப்பட்டு 'இலக்கியச் சிந்தனை' விருதினைப் பெற்றுத் தந்தது. பட்டாசுத் தொழிற்சாலையில் பணிபுரியும் வேலை ஆட்கள் குறித்து எழுதப்பட்ட கதை.

"கம்புகளில் தொங்கும் பசையும் கருமருந்தும் கலந்த நூல்கள் காயக்காய விறைப்பேறித் திரிகளாகும். மெல்லிய வெள்ளைத் தாளுக்குள் வைத்துச் சுருட்டி குரோஸ் போட வேண்டும். வெடியில் சைஸ்களுக்கு அளந்து அறுத்து மருந்து தொட்டு வெடிக்குள் சொருக வேண்டும். கழிவுத் திரிகள் ரொம்ப வந்தால் சம்பளம் கட். விறைப்புக் குறைவாக இருந்தால் மூணு குரோஸ் கட்" (ப.64) திரி சொருகுன வளையம் ரூமுக்குள்ள கண்டிப்பா இருக்கக் கூடாது. களத்துள போயி வளையத்த வச்சிட்டு அல்லது வெளியே போய்ட்டு ரூமுக்குள்ள யாரு வந்தாலும் வாசல் ஓரத்ல இருக்கிற தண்ணித் தொட்டில கால முக்கிக் கழுவிட்டுத்தான் உள்ள வரணும் (ப.68).

கழுவாமல் வந்து விட்டால் காலில் ஒட்டி இருக்கும் மண் சிமெண்ட் தரையில் உரசி தீப்பிடித்து விடும். இது போல் கால் மண் உரசி செத்துப் போனவர்களும் உண்டு. பத்துநாள் வெடியையும் குவித்துப் போட்டு எண்ணி அடைத்துப் பைகளை மடித்துப் 'பின்' அடித்து குடோனுக்கு ஏற்றினார்கள்.

"அண்ணாச்சி 'பின்னு' தீர்ந்து போச்சு வேற பாக்கெட் ஒடங்க என்றதும் பின்னுக்குப் பதிலாக நாலைந்து மெழுகுவர்த்தி கொண்டு வந்து தரப்பட்டது. பாக்கெட் தீர்ந்து போச்சு, ஸ்டோர்லயும் வேற ஸ்டாக் இல்ல. இதப் பொருத்தித் தூர வச்சிக்கிட்டு பைய நல்லா மடக்கி ஒரு குலுக்குக் குலுக்கி லேசா வாட்டிட்டா பிளாஸ்டிக் இளகி ஒட்டிக்கிரும். இனி ஆயிரம் பாக்கெட்தான் வேணும்,

வெடிகள நல்லா குலுக்கிக்கோங்க, திரி வெளில நீட்டிட்டு இருந்தா போச்சு" (ப.74).

சிறிது நேரத்தில் டப்டப்டப் என்ற பெரிய சத்தம். புகைமூட்டத்தில் பூட்டிய கதவுகளைத் திறக்கமுடியவில்லை. வெந்து கருகிப்போனது உயிர்கள். "விடிந்தபோது வெடிகளோடு வெடிகளாய் ஆறு பெரிய வெடிகள், மூன்று கிழட்டு வெடிகள் வெடித்துச் சிதைந்து கருகியிருந்தன. ஐந்து பொம்பிளை வெடிகளைப் பிரித்தறிய அடையாளங்கள் ஏதுமில்லை. கருகிய கட்டைகள் அவைகள்" (ப.74) என்று கதையை முடித்திருக்கிறார் ஆசிரியர். இங்கு வெடிகள் என்பது தீயில் வெடித்துச் சிதறிய மனித உயிர்களைக் குறிப்பிட்டுள்ளார்.

விருது பெற்ற இக்கதை பல மொழிகளில் மொழி பெயர்க்கப்பட்டுள்ளது. இக்கதை சோ.தர்மனுக்கு 1993-இல் தேசிய அளவில் 'கதா' விருதினை வாங்கிக் கொடுத்தது. அன்றைய ஜனாதிபதியிடம் இவ்விருதினைப் பெற்றார்.

இந்தக் கதை ஆங்கிலத்தில் 'பயர் வொர்க்ஸ்' (Fire works) என்றும், இந்தியில் 'பிசாய்' என்றும், மலையாளத்தில் 'கரின்திரிகள்' என்றும் கன்னடத்தில் 'ஹோகயா' என்றும் மொழிபெயர்க்கப்பட்டுள்ளது.

அகில இந்தியப் பதிப்பாக டெல்லியில் தி எக்கனாமிக்ஸ் டைம் (The Economics Time) என்ற பத்திரிகையின் கேலரியில் (Gallary) ஒருபக்கம் இக்கதைக்காக ஒதுக்கப்பட்டு விமர்சனம் வந்தது. தொழிலாளரின் வாழ்வு நசுக்கப்பட்டமையை அதன் வலியை உணர்த்துவதாக இக்கதை அமைகிறது.

(அ)ஹிம்சை

1994-இல் இந்தியா டுடே பத்திரிகையில் வெளிவந்த கதை (அ)ஹிம்சை. இந்த ஆண்டின் இலக்கியச் சிந்தனை விருதினை மீண்டும் ஆசிரியருக்குப் பெற்றுத் தந்தது.

மனிதனுக்கு மனிதன் அன்பு காட்டுவதே அரிதாகிப்போன காலத்தில், ஒரு கிராமத்து மனிதர் பறவைகள், விலங்குகள் என்று எல்லா உயிர்களிடத்தும் வாஞ்சையாய்ப் பழகுகிறார். கதை மகன் தன் அய்யா(தந்தை)வைப் பற்றிப் பேசுவதாக அமைந்துள்ளது. சோ.தர்மனின் அய்யா சோலையப்பன்தான் இங்கே கதைத் தலைவராயிருக்கிறார். கதை சொல்பவர் சோ.தர்மன் என்பது அறிந்தவருக்குத் தெரியும்.

மைனாவைக் கொண்டுவந்து கூண்டில் அடைத்து வளர்க்கிறார். விடிந்ததும் முதலில் அவர் பார்ப்பது அந்தக் கூட்டைத்தான். அடுத்ததுதான் ஆடுகள் கட்டியிருக்கும் பக்கம் எட்டிப் பார்ப்பார். மைனாவைக் காணவில்லையென்றால் மனிதர் பதறிப் போவார். அம்மாவுக்கு இம்சையாய் இருக்கும். காணாமல் போய்விட்டால் அம்மாவுக்கும் சில நேரங்களில் அடி விழும். கொஞ்சம் சேவு அள்ளி கூண்டுக்குள் போட்டுவிட்டு இரவு தூங்குகிறார். மைனாவிற்கு மணி என்று பெயர் வைத்திருந்தார். விடிந்து பார்த்ததும் விக்கி விக்கி அழுகிறார். மணி சேவைக் கவ்வியபடி செத்துக் கிடக்கிறது. மைனாவைப் புதைத்துவிட்டு, தலைமுழுகி ஈர வேட்டியுடன் வீட்டுக்கு வருகிறார். அன்று ஆடு மேய்க்கவும் போகவில்லை.

சில நாட்களில் மைனாக் கூட்டைத் தூசு தட்டுகிறார் "எந்த உசுப்பிராணியையாவது கொண்டு வர, அத வளக்க, பிறகு செத்துப்போனா வீட்டோட ஒக்காந்து ஒப்பாரி வைக்க, ஒன்னோட பெரிய தொரட்டாப் போச்சு" (ப.38) என்றாள் மாரியம்மாள். அவர் ஆடுகளை அவிழ்க்கும்போது கிளிக்கு டாட்டா சொல்ல அதுவும் டாட்டா...... ட்டா...... ட்டா......" என்று சொல்லும். அய்யாவுக்கு ஆடு மேய்க்கிற நேரம் போக மீதி நேரமெல்லாம் கிளியோடுதான் கழித்தார். ஒரு ஈ, எறும்பைக் கூட கொல்லமாட்டார்.

சாயங்காலம் கிளிக்குச் சீட்டு எடுக்கச் சொல்லிக் கொடுப்பார். 'நல்ல வம்சம் ஜாதிக்கிளி' என்று கிளி ஜோஸ்யக்காரன் விலைக்குக் கேட்டும் கொடுக்க மறுத்துவிட்டார். ஒரு நாள் ஆடு வீட்டுக்குள் வரவும் விரட்டி கதவை ஓங்கி அடைக்கிறார். கதவின் மேல் இருந்த கிளி சொத்தென்று கீழே விழுகிறது. அய்யா எவ்வளவு முயன்றும் கிளியைக் காப்பாற்ற முடியவில்லை. செம்பு நிறைய ஆட்டுப் பாலை எடுத்துக்கொண்டு போய் பாலூற்றிப் புதைத்துவிட்டு தலைமுழுகிவிட்டு வந்தார். யாருடனும் அய்யா பேசுவதில்லை. தூக்கத்தில் அரற்றுவதும், தானாகப் பேசுவதுமாக இருந்தார்.

கொஞ்ச நாள்தான். ஒரு நாள் ஆடு மேய்த்துத் திரும்பியபோது ஒரு நாய்க்குட்டியுடன் வருகிறார். 'சனியனை வெலக்கி வாங்கியாந்துட்டயா' என்ற மாரியம்மாளின் கூச்சலைக் கண்டுகொள்ளவே இல்லை. நாய்க்குட்டியைக் கட்டிப் போடச் சங்கிலியைத் தேடினார். "குலுக்கையோரம் இருக்கிற பிஞ்ச பெட்டிக்குள் சப்புச் சவரு கெடக்கும் பாரு, அதுக்குள்ள பாரு. பழைய சங்கிலி கெடந்துச்சு. எடுத்துக் கெட்டிப்போடு"(ப.42). அய்யா தேட ஆரம்பித்தார்.

மாரியம்மாளின் கையில் ஈயத்தட்டு இருந்தது. மாரியம்மாள் தன் கணவன் செய்யும் செயல்களுக்குத் திட்டினாலும்கூட மறைமுகமாக அவளும் அதற்கு ஆதரவு தெரிவித்து வந்தாள். கிளியும் மைனாவும் இறந்தபோது கூட அவளும் அழுதாள். மாரியம்மாளை மையமிட்டே ஹிம்சை, அஹிம்சை என்று இருபொருள்பட (அ)ஹிம்சை என்று கதைக்குப் பொருத்தப்பாடாய்த் தலைப்பு அமைந்துள்ளது.

ஈரம்

மூன்று நாளாய் அடைமழை பெய்துகொண்டே இருந்தது. தூறலும் மழையுமாய் வெயில் முகம் காணாமல் தெரு மக்கள் எல்லாம் வீட்டுக்குள் முடங்கிக் கிடந்தார்கள். தீப்பெட்டிக் கம்பெனிகள் மழைக்காலத்தில் சரியாக நடைபெறாது. பெட்டிகள் ஒட்டி காயாமல் இருக்கும். மருந்து காய வேண்டும். இப்படிப் பல வேலைகள் இருப்பதனால் வேலை தடைப்படும்.தங்கம்மாளிடம் மகள் சிவகாமி, மழை எப்பம்மா வெறிக்கும் என்கிறாள். தங்கம்மாள் கோபத்துடன் பதிலுரைக்கிறாள். "நான் என்ன கீழ்நாட்டுக் குறிச்சி ஐயரா ஜோஸியம் சொல்ல" என்கிறாள். ராத்திரி கஞ்சிக்கு என்ன செய்ய என்கிறாள் மகள். 'ஒரு சட்டி ஈர மண்ணைக் கொண்டு வா ரெண்டு பேரும் தின்பம்' என்ற தாயின் பதில் சிவகாமிக்கு எரிச்சலூட்டியது.

'ஒனக்கென்ன எட்டு நாளக்கின்னாலும் பச்சத் தண்ணிய குடிச்சிக்கிட்டே பல்லக் கடிச்சிக்கிட்டுப் பட்னி கெடப்ப, எனக்கு வயிறு பசிக்கில்ல' என்கிறாள் சிவகாமி. இல்லாமையாலும் இயலாமையாலும் தங்கம்மாளுக்கு வார்த்தைகள் கோபமாக வெளிப்பட்டன. பசிக்கிறக்கத்தில் தூங்கப் போனாள் சிவகாமி. மகளைப் பார்த்துக் கண்ணீர் வடிக்கிறாள் தங்கம்மாள்.

தீப்பெட்டிக் கம்பெனி முதலாளியைப் பார்த்து இருபது ரூபா வாங்கி வரலாம் என்று செல்கிறாள். அங்கு முதலாளி இல்லை. அவள் வறுமையைக் கேட்ட கம்பெனி போர்மேன் "டப்பா ஏதாச்சும் இருந்தா கொண்டாக்கா கொஞ்சம் மாவு அள்ளித்தாரன், கம்பெனியில் வேற ஒரு பயலும் கிடையாது. போயி தோச சுடு, இல்லைன்னா உப்புமா கிண்டியாவது குடு" என்று சொல்லிக்கொண்டே துத்தம் கலக்காத மாவை அள்ளித் தருகிறான்.

சேலைக்குள் மறைத்து யார் கண்ணிலும் படாமல் மழைக்குச் சாக்கைத் தலையில் போட்டுக் கொண்டு வீட்டுக்கு வருகிறாள். தூங்கிக் கொண்டிருக்கும் மகளை எழுப்பி உப்புமா கிண்டிச்

சாப்பிடச் சொல்லிவிட்டு சின்னக் கம்பெனிக்கு முதலாளியைப் பார்த்து இருபது ரூபா வாங்கி வரச் செல்கிறாள். காய்ந்த ரெண்டு வெங்காயம் கொஞ்சமாய் இருந்த எண்ணையையும் கண்டு சந்தோசப்படுகிறாள் சிவகாமி.

வெளியில் சென்றுவிட்டு வந்த தங்கம்மாள் சிவகாமி கிடந்த கோலத்தைக் கண்டு பதறிப்போய் அழுகிறாள். 'சிவகாமியின் இரண்டு கண்கள் மட்டுமே உருண்டு கொண்டிருந்தன. வாய் எதையோ முணுமுணுத்தது. ஆனால் வார்த்தைகள் தெளிவாக வெளிவரவில்லை. மடியிலிருந்து மகளைக் கீழே கிடத்தி விட்டுக் கையில் சிம்னி விளக்கை எடுத்துக்கொண்டு மச்சு வீட்டுக்குள் ஓடினாள்.

தங்கம்மாள் கம்பெனியிலிருந்து வாங்கிக் கொண்டு வந்து வைத்திருந்த போர்மேன் கொடுத்த துத்தம் கலக்காத மாவு அலுங்காமல் அப்படியே இருந்தது. அடுப்படிக்கு ஓடியவள் துத்தம் கலந்த பழைய மாவு இருந்த வெற்று டப்பாவைக் கண்டாள். அவளுக்குத் தலை சுற்றியது. "அடப் பாதகத்தி, சண்டாளீ என் வாயில் மண்ணள்ளிப் போட்டிட்டியே... எந்தாயி..." என்று கதறுகிறாள். "கும்மிருட்டில் ஒரு சத்தமான ஒப்பாரியும் ஓலமும் ஒரு சிறு முனகலையும் தவிர வேற சத்தத்தைக் காணோம்" (ப.107).

அன்றாடம் வேலை பார்த்து வயிற்றை நிரப்பும் கூலிக்காரர்களுக்கு அடமழைக் காலம் மிகுந்த வேதனையை அளிக்கிறது. விவசாயம், தீப்பெட்டித் தொழில் என்று எல்லாத் தொழிலும் முடங்கிப் போகும். கோடையில் சேமித்தால் அடமழைக் காலத்தில் உதவும். வாங்கும் கூலி வயிற்றுக்கே சரியாய்ப் போகும் நிலையில் சேமிக்க வழியில்லாத தங்கம்மாள் போன்றோரின் நிலை பரிதாபத்திற்குரியது. பசியின் ஆவலில் இருட்டில் தூக்கக் கலக்கத்தில் கவனிக்காது துத்தம் கலந்த மாவை உப்புமா செய்து தின்ற சிவகாமியின் நிலையை ஆசிரியர் மிக எளிமையாக எதார்த்தமாக தன் கதையில் வெளிப்படுத்தியிருக்கிறார்.

தழும்பு

சாராயம் காய்ச்சி விற்கும் தொழிலைச் செய்பவன் வேல்ச்சாமி. மனைவி சின்ன மாடத்தியும் மகனும் வியாபாரத்தில் வேல்ச்சாமிக்குத் துணையாக நின்றனர். "அந்த வட்டாரத்திலேயே பாண்டவர்மங்கலம் வேல்ச்சாமி சரக்கென்றால் தனி மவுசுதான். பொங்கல், திருவிழா

போன்ற நல்ல நாட்களில் கூட்டம் அலைமோதும். மெனக்கிட்டு மணிக்கணக்காய்க் காத்துக் கிடந்து வாங்கிப் போவார்கள்".

"தாயோளி சரக்குன்னா வேல்ச்சாமி சரக்குதாண்டா சரக்கு. குடிச்சிட்டு ஏப்பம் விட்டாக்கூட கதளிப்பழ மனமும், பேரிச்சம்பழம் வாடையும், வேலம்பட்ட மணமும் அப்பிடியே வாயெல்லாம் கமகமன்னு மணக்குமே...... கொஞ்சம் சாப்பிட்டாக்கூட அப்படியே பஞ்சு மெத்தையில் படுத்துக்கிட்டு ஆகாயத்துல பறந்து போறாப்ல இருக்குமே. இப்பக் காச்சுற பயக பேட்ரி கட்டையையும் ஊமத்த எலையவும் யூரியா உப்பையும் பத்தாக் கொறைக்குக் கொஞ்சம் தூக்க மாத்திரையும் போட்டு மண்ட வெல்லத்த காச்சிக் கலந்து இதுதான் சாராயம்னு குடுக்கான். அதெ குடிச்ச ஒடன தண்ணீ, நாவறட்சி எடுத்து, கண்ணு ரெண்டும் மேலவாக்குல சொருகி, காலு பின்னி நடக்க முடியாம அந்த மானக்கி பொத்னு விழுந்து சவங்கெணக்கா மூச்சு போறதுகூடத் தெரியாம நடுரோட்ல நாறிட்டுக் கெடக்கான்".

"போன வருசம் பொங்கலுக்குப் பந்தயங்கெட்டி கோழிக் கொடலு மாதிரி ஒரு டியூப்குள்ள அடச்சு ஓராள் ஒசரத்திலிருந்து தரையில விட்டுட்டான். விடிய விடிய அப்பிடியே ரப்பர் பந்து மாதிரி குதிச்சிக்கிட்டே கெடந்ததே ஒழிய தரையில விழவேயில்லை, அப்பேர்பட்ட சரக்குல்ல" என்று வேல்ச்சாமி சாராயம் காய்ச்சும் பக்குவத்தையும் சரக்கின் பெருமையையும் பேசிக்கொண்டார்கள்.

போலீஸ்காரர்கள் கடைக்கு வந்து சாராயம் குடித்துவிட்டு, பணமும் வாங்கிச் செல்வதுண்டு. போலீஸ்காரர்களின் தயவு தேவைப்படுவதால், கேட்கும் போதெல்லாம் வேல்ச்சாமி பணம் கொடுக்கிறான். புதிதாக அந்த ஊருக்கு வரும் ஏட்டையாவிற்குச் சரக்கோடு பொம்பளச் சரக்கும் ஏற்பாடு பண்ணச் சொல்லி போலீஸ்கார் சொல்கிறார். ஆனால் வேல்ச்சாமி மறுக்கிறான். சாராயம் காய்ச்சுவது தொழிலாக இருந்தாலும் தொழில் தர்மத்துடன் நடந்து கொள்கிறான்.

"இங்க கேளு வேல்ச்சாமி இவரு புதுசா வந்திருக்காரு. அவரு தயவும் ஒனக்குக் கட்டாயம் வேணும். இல்லன்னா நிய் தொழில் செய்ய முடியாது. இன்னிக்கி ஒரு நாளக்கித்தான் எப்படியும் போகுதுனு ஓம் பொண்டாட்டிய செட்டப் பண்ணிரு. இன்னோராட்ட கேட்டாருன்னா நம்ம அதுக்குள்ள வேற ஒரு உருப்படிய செட்டப் பண்ணி வச்சிருவம்"

வேல்ச்சாமி போட்ட கூப்பாட்டில் இருவரும் சைக்கிளை உருட்டிக் கொண்டு ஓடிவிட்டார்கள். அவன் மனைவி சின்னமாடத்தியும் சேர்ந்து கொண்டு கூப்பாடு போட்டாள்.

மாசா மாசம் தேதி தவறாம மாமூல் வேற. வந்தாப் போனா இந்தப் பயகளுக்கு குடிக்க ஓசிச்சாராயம் வாங்கிட்டுப் போனாலும் ஓசி. தொரைகளுக்கு கறி, முட்டை, கேசு கணக்கு வேணும்னு ரெண்டு மாசத்துக்கு ஒராட்ட கோர்ட்ல அபராதம் வேற கட்டணும். இத்தனையும் காணாதுனு கடைசில கூத்தியாளும் வேணும். நீங்க அக்கா தங்கச்சிமாரோட பெறந்திருந்தா கேப்பீகளா?"

வேல்ச்சாமியும் மனைவியும் விடிய விடியத் தூங்கவில்லை. இருவரும் பேசிக் கொண்டே இருந்தார்கள். மிச்சமிருந்த சாராயத்தைக் கிடங்கில் ஊற்றி விட்டு பானைகளைக் கழுவி பரனில் கவுத்தினான். கடப்பாரை, உளி, சுத்தி எடுத்துக்கொண்டு கல் கிடங்கிற்குக் கல்லுடைக்கச் சென்றான். உழைப்பில் இருந்த கடினத்தையும் பொருட்படுத்தாது வேலையில் குறியாய் இருந்தான். எத்தனையோ பேர் சாராயம் கேட்டும் பிடிவாதமாய் அத்தொழிலை விட்டுவிட்டு வெயிலில் ஊனாய் உருகினான்.

கல்லுடைக்கும் கிடங்கிற்கு மேல் அவன் தலைக்கு மேல் போலீஸ் வேன் வந்து நின்றது. சாராயம் காய்ச்சும்போது போலீஸ்காரர்களோடு பழகியிருக்கிறான். அவன் ஒருநாளும் அவர்களைக் கண்டு பயந்ததில்லை. இன்று முதன்முறையாக அவர்களைப் பார்த்து பயந்தான். 'ஏறுல வண்டில', 'எதுக்கு வண்டில ஏறணும்' என்று கேட்டவனை மரியாதைக் குறைவாகத் திட்டித் தீர்த்தார்கள். கையைக் கட்டி அடித்து இழுத்து வண்டிக்குள் போட்டுக் கொண்டு போனார்கள். சின்ன மாடத்தி மண்ணை வாரித் தூற்றினாள். அசிங்கமான வார்த்தைகளால் ஏட்டயா சின்ன மாடத்தியைத் திட்டினார்.

மச்சின் மேல் கவுத்தியிருந்த மொடாப் பானைகளை மகனை இறக்கித் தரும்படி ஒவ்வொன்றாய் மெதுவாய் வாங்கிக் கீழே வைத்தாள். பானைகளை இறக்கியதும் சம்மட்டி, கடப்பாரைக் கம்பி, ஆப்பு, சுத்தியல், ஒவ்வொன்றாய் பானைகள் இருந்த இடத்தில் அடுக்கி வைத்தாள். சாராயம் காய்ச்சுவதற்குத் தேவையான பொருட்களை வாங்க மகனை அனுப்பினாள். பானைகளைக் கழுவி சுத்தம் செய்தாள் சின்னமாடத்தி என்று கதையை ஆசிரியர் முடித்திருக்கிறார்.

உழைத்துச் சம்பாதித்து உண்மையாய் வாழ வேண்டும் என்று நினைத்து மனம் மாறிய வேல்ச்சாமியை போலீஸ்காரர்கள் இருக்கவிடவில்லை. மாதம் மாதம் கிடைக்கும் மாமூல் போய்விட்டது. கேஸ் கிடைக்காவிட்டால் இவனைத் தூக்கி இரண்டு மூன்று நாள் உள்ளே அடைத்து வைக்கலாம். சாராயம் சகலமும் காசு இல்லாமல் கிடைக்கும்.

வேல்ச்சாமி தொழிலைவிட்டு கல்லுடைத்தாலும் போலீஸ்காரர்களுக்குச் சாராயத்தையும் அதனால் வரக்கூடிய இலாபங்களையும் விட மனமில்லை. மனசாட்சியே இல்லாமல் அடித்து இழுத்துக் கொண்டு போகின்றனர். "என்னத்த வாங்கிக் குடிச்சாலும் ஒஞ்சரக்கு மாதிரி இல்லண்ணே" என்று பார்ப்பவர்களெல்லாம் அவனை சாராயம் காய்ச்ச வற்புறுத்துகின்றனர். பிடிவாதமாய் மறுத்தவனை போலீஸ் காவல்நிலையம் கொண்டு செல்ல கணவனை மீட்கவும் பிழைக்கவும் சாராயத்தை மறுபடியும் காய்ச்சத் தொடங்குகிறாள் வேல்ச்சாமியின் மனைவி.

யாருக்கும் தெரியாமல் ஊர்க்கடைசியிலும் தெருக்கோடியிலும் கள்ளச் சாராயம் விற்ற காலம் போய் வீதிக்கு இரண்டு டாஸ்மாக் கடைகளைத் திறந்து வைத்து அரசாங்கமே இன்று குடிக்கச் சொல்லுகிறது. படித்தவன் படிக்காதவன் என்ற பாகுபாடு டாஸ்மாக் கடையில் கிடையாது. எல்லாரும் ஒரே சாதிக்குள் அடக்கம் குடிகாரன் சாதி.

ஆறாத தழும்பாய் போலீஸ்காரர்களின் நடவடிக்கைகள் இருக்கின்றன. தவறு செய்பவர்களைத் திருத்தாமலும் திருந்த விடாமல் செய்வதுமே அவர்களின் வேலையாய் இருக்கின்றது.

அன்பின் சிப்பி

கர்னல் வேல்ஸ் எழுதிய "ராணுவ நினைவுக் குறிப்புகள்" என்ற நூலில் சின்ன மருது மகன் துரைச்சாமிக்கு அடக்குமுறை ஆதிக்க சக்தியினரால் இழைக்கப்பட்ட கொடுமையை விரிவாகப் பதிவு செய்திருக்கிறார். இந்த வரலாற்றை அடிப்படையாகக் கொண்டதே "அன்பின் சிப்பி" என்கிற கதை. தேவதச்சனின் கவிதையை தன் தாத்தா வேல்ஸ் துரையின் மனதோடு அவரின் பேத்தி வேல்ஸ் ஹேன்லின் ஒப்பிட்டுப் பார்ப்பதாகக் கதை இயங்குகிறது.

"என்
அன்பின் சிப்பியை
யாரும் திறக்கவில்லை

கடல்களுக்குக் கீழ்
அவை
அலைந்து கொண்டிருக்கின்றன
ஓட்டமும் நடையுமாய்.”

இக்கவிதை புனைந்த தேவதச்சனை வேல்ஸ் ஹேன்லின் சந்திப்பதாகப் புனைந்திருக்கிறார். எல்லோருக்கும் கொடூரமானவராகக் காட்சியளித்த கர்னல் வெல்ஷ்-க்குள்ளும் ஈரம் கசிந்திருந்த வரலாற்றை இக்கதை வெளிக்கொண்டு வந்திருக்கிறது. தன் தாத்தா நடந்த கரிசல் மண்ணைப் பொட்டலமாய் வெல்ஷ் ஹேன்லின் லண்டனுக்கு எடுத்துச் செல்வதாகக் குறிப்பிட்டிருக்கிறார் ஆசிரியர். மண்ணின் பெருமையை மங்காமல் எடுத்துரைத்திருக்கும் பாங்கு குறிப்பிடத்தக்கது.

இரவின் மரணம்

நரிக்குறவர் இன மக்களின் வேட்டையாடுதல் தொழிலை மையமாகக்கொண்டு அமைந்த சிறுகதை “இரவின் மரணம்”. சிறுகதை என்பதைவிட ஒரு குறுநாவல் என்று சொல்லுமளவிற்குப் பெரிய கதை. நரிக்குறவரின் ஒரு நாள் இரவு வேட்டை குறித்து தத்ரூபமாய் விளக்கியிருக்கிறார் ஆசிரியர்.

மதுரைக் காஞ்சியில் கட்டியங்காரன் ஒரு நாள் மதுரை நகரை வலம் வந்து மதுரையின் எழிலைச் சொல்வது போல், இரவு முழுதும் வேட்டைக்குச் சென்று இறுதியில் மரணத்தைத் தழுவிய பாலிசு-வின் வேட்டைத் தொழில் நுட்பத்தை ஆசிரியர் விளக்கியிருக்கிறார். கதையின் இடையிடையே மானுடத் தோற்றத்தின்போது நமக்கிருந்த குணம் வேட்டையாடுவது. அதுதான் இன்றுவரை ஏதாவதொரு ரூபத்தில் ஒருவரையொருவர் வேட்டையாடிக் கொண்டிருக்கிறோம் என்பதை உணர்த்தியிருக்கிறார்.

காம்பவுண்டிற்குள் காயப்போட்டிருந்த துணிகள் அடிக்கடி காணாமல் போகின்றன. ‘இப்பவெல்லாம் துணி மணிகள்தான் அதிகம் காணாமல் போகின்றன. இதைத் திருட்டுப் பயல்கள் செய்கிற செயல் மாதிரி தெரியலை. நரிக்குறவர்களின் வேலையாகத் தான் இருக்கும்’ என்கிறார் டீக்கடைக்கார். யூனியன் பார்க்கில் தங்கியிருக்கும் நரிக்குறவர்களைப் பார்க்கத் தன் சின்னமகனுடன் செல்கிறார். சுற்றி முற்றிலும் தன் வீட்டுத் துணிகள் மாதிரி இருக்கிறதா? என்று பார்த்துக் கொண்டே செல்கிறார். அப்படி எதுவும் அவர் கண்களுக்குத் தென்படவில்லை.

பாலிசு-வின் கூடாரம் முன் மயிலிறகை வைத்து விளையாடும் குழந்தையை உற்றுப் பார்க்கிறான் மகன். துப்பாக்கியைத் துடைத்துக் கொண்டிருக்கும் பாலிசுவிடம் மகனுக்கு மயிலிறகுகள் வாங்கிக் கொடுக்கிறார். குட்டி போட்டதும் எனக்குக் கொண்டு வந்து கொடுக்கணும் என்கிறான் பாலிசு. மறுநாளும் மகன் பார்க்கிற்குக் கூப்பிடுகிறான். பாலிசு முயலைத் தோலுரித்து அறுத்துக் கொண்டிருக்கிறான். நறுக்கிக் கொண்டே குட்டியை எங்கே? கொண்டு வந்திருக்கியா? என்கிறான். குட்டி போடலை என்கிறான் பையன். பையனிடம் விளையாட்டாய்ப் பேசிக் கொண்டிருந்தவனிடம் ஒரு கவட்டை வேண்டும் என்கிறார் பையனின் தந்தை. எதுக்கு என்றவனிடம் "குருவி தெறிக்க" என்கிறார். வேட்டைப் பிரியம் என்பதைச் சொல்கிறார்.

'கவட்டடி பட்டு குருவி கீழ விழுந்து துள்றதும் துடிக்கிறதும் சாகிறதையும் பார்க்க ஒனக்குப் பிரியமா?'

"ஓம் பிள்ளையோ, அக்காளோ, தங்கச்சியோ துள்ளி துள்ளிச் சாகிறத நிய் பிரியமா ரசிச்சுப் பாப்பியா? பிரியம்னா நிய் அவங்களப் போயி கொல்றது தான? பாவமில்லையா சாரே.."

"நிய் நித்தம் எத்தன உசுறக் கொல்ற அது பாவமில்லையா?"

"ஆரு சொன்னது பாவமில்லனு. காட்ல சிங்கமிருக்கு, புலி இருக்கு, அது மானக்கொன்னு மாட்டக் கொன்னு சாப்பிடுது அது பாவம் இல்ல. ஆனா மகாராசாவும் தொரைகளும் ஒன்ன மாதிரி ஆப்பிசரும் போயி சிங்கத்தையோ, புலியையோ கொல்றது பெரிய பாவம். ஏன்னா புலியும் சிங்கமும் வேட்டக்காரங்க. ஆனா நிய்யும் மகாராசாவும் தொரையும் வேட்டக்காருக இல்ல. ஒரு காலத்துல அல்லாருமே வேட்டக்காருகளா அலஞ்சவகதான். அல்லாருமே நரிக்குறவன்தான். ஆனா மகராசாவா ஆனப் பெறவு தொரையா ஆனப் பெறவு, ஒன்ன மாதிரி ஆப்பிசரா ஆனப் பெறவு நீங்க எதுக்கு வேட்டக்காரனாகனும்".

"அப்ப நிய் கொன்னா பாவமில்லைங்க"

"பாவமில்லைன்னு சொல்லல சாரே. நான் கொன்னாலும் பாவம்தான், நிய் கொன்னாலும் பாவம்தான். நிய் பாவம் செய்ய விரும்புனா கொறவனா மாறி வா, ஆபிசரா இருந்துக்கிட்டுப் பாவம் செய்யாத".

பாலிசு சொன்னதும் கவட்டை வேண்டாம். ஒரு நாளைக்கு உன் கூட முயல் வேட்டைக்குக் கூட்டிட்டுப் போ என்கிறார். நாளைக்கே ஆறு மணிக்கு வா சார் கூட்டிட்டு போறேன் என்கிறான். கண்ணு முன்னால ஒரு உசுரு சாகிறதப் பாக்குறது பாவம். அதைவிட பெரிய பாவம் ஒருத்தன் பாவம் செய்றத ரசிச்சுப் பாத்துட்டு இருக்கிறது என்கிறான். பாவம் புடிச்சாலும் பரவாயில்லை என்று வேட்டைக்கு பாலிசுடன் செல்கிறார். துப்பாக்கியில் கருமருந்தை செலுத்துவதையும் ரவைகளை உள்ளே போட்டு கிட்டிப்பதையும் ஆசிரியர் செய்முறை விளக்கம் போல் கூறியிருப்பது குறிப்பிடத்தக்கதாகும்.

“பாலிசு ஒனக்கு காந்தி, புத்தன், ஏசு தெரியுமா?

“ஏந் தெரியாது”

“தெரியுமா?”

“தெரியும்”

“அவங்க எல்லாரும் யாரு”

“அவங்க எல்லாரும் வேட்டக்காரங்க”

வேட்டக்காரன் எப்படிச் சாவான் மிருகங்களால கடிபட்டுத்தான் சாகணும். அப்பத்தான் அவன் சரியான வேட்டக்காரன்.

“சாரே ஒனக்கு ஒங்க தாத்தா தெரியுமா?”

“தெரியும்”

“தாத்தாவோட தாத்தா”

“தெரியாது”

“அப்பன்னா ஒங்க தாத்தாவோட தாத்தா தான் புத்தன் காந்தி, யேசு”.

நாம் வழிபடக் கூடியவர்களெல்லாம் ஒருகாலத்தில் வாழ்ந்துவிட்டுப் போனவர்கள் என்பதைப் பாலிசு பேச்சால் உணர்த்துகிறான்.

பாலிசு முயலை லாவகமாய் வேட்டையாடுகிறான். இருட்டில் தலையில் மாட்டியிருந்த வெளிச்சம் கண்களில் பட்டு முயல் அசையாமல் நின்றதும் குறிபார்த்துச் சுடுகிறான். முயல் கண்களில் வெளிச்சம் பட்டதும் அதற்குப் பார்வை வர ஒரு மணி நேரம் ஆகும் என்ற செய்தியை ஆசிரியர் பதிவு செய்துள்ளார். தேன்

அடையில் பாம்பு வந்து தேன் குடிப்பதும் சொல்லப்பட்டிருக்கிறது. தேன் குடிக்க வந்த பாம்பை அடித்துத் தூக்கிப் போட்டுவிட்டு தேனை எடுக்கிறான். 'பாம்பை ஏன் அடித்தாய் அது உன்னை என்ன செஞ்சது' என்று கேட்டதற்கு

"பாம்பு ஒரு வேட்டைக்காரன். வேட்டைக்காரனுக்கு வேட்டக்காரன் எதிரி, மனுசனுக்கு எதிரி மனுசன்தான் அது மாதிரி"

தேவையை ஒட்டியே உயிர்களை வேட்டையாடுகிறான். பூனையை எளப்புச் சீக்குக்காரன் கேட்டால் சுடுவேன் என்கிறான். ஜம்புக் கிழவனும் சிறுவனின் அப்பாவும் பாலிசுமாக இரவில் உரையாடிக்கொண்டே வேட்டையாடுகிறார்கள்.

ஆட்டுக்கிடை போட்டிருந்தவர்களிடம் பேச்சு கொடுக்கிறார்கள். அவர்கள் கொடுத்த காப்பியை மூவரும் குடிக்கின்றனர். கிடைக்காரர் பாலிசிடம் "தலையில் மாட்டியிருக்கிற லைட் செய்யணும்னா எவ்வளவு ஆகும்" என்கிறார்.

"கேட்டயா சாரே அல்லாருமே வேட்டக்காரங்கதான்னு நாஞ் சொன்னது சரியாப் போச்சா. நம்ம பாட்டனும் பூட்டனும் மலைகள்ள அலைஞ்ச மிச்ச சொச்சம்தான் அந்த ஆச".

சாதி உருக்கொள்ளாத ஆதிக்காலத்தில் மனிதன் ஒரே இனமாக வேட்டையாடுதலையே தொழிலாகக்கொண்டு வாழ்ந்ததை வரலாறுகள் மெய்ப்பிக்கின்றன. முயல் இணைகள் பாலுறவு கொள்ளுதல், கூகை, சா குருவி, பேய்கள் என்று யாவையும் விளக்கிச் சொல்லிக்கொண்டே போகிறான் பாலிசு. ஜம்புவும் அவரும் எட்டி நிற்கின்றனர். தூரத்தில் முயல் பிடிக்கச் சென்ற பாலிசு லைட் வெளிச்சம் ஆடாமல் அசைவற்று நின்று ஒளிர்ந்தது. வெகு நேரமானதும் இருவரும் பக்கத்தில் செல்கின்றனர்.

"சாரே...... குடி கெட்டுப் போச்சுவசாரே....... அய்யய்யோ....... பாலிஸ் கரண்ட் கம்பிள மாட்டிட்டான் சாரே."

'பாலீஸ்' தோட்டக்காரரின் கம்பி வேலிக்குள் மாட்டி இறந்துவிடுகிறான்.

"சாரே...... குடி கெட்டுப் போச்சுவ சாரே....... அய்யய்யோ....... பாலிஸ் கரண்ட் கம்பிள மாட்டிட்டான் சாரே" என்று சொல்லிக் கொண்டே ஜம்புக் கிழவன் தலையிலடித்துக்கொண்டு அழுதான். பாலிசைத் தொட்டு இழுக்கப் போன சாரையும் தடுத்தான். அவன் விரட்டிச் சென்ற முயல் வேலிக்குள் சென்று இருக்க வேண்டும்.

மின்சாரம் பாய்ச்சிய கம்பியில் மாட்டிக் கொண்டான் பாலிசு. அவன் கம்பியில் சாய்ந்து கிடந்தாலும் அவன் நெற்றியின் மேல் மின்னிக் கொண்டிருந்தது அவனின் மூன்றாவது நெற்றிக்கண் என்று ஆசிரியர் அவன் மாட்டியிருந்த லைட்டைக் குறிப்பிடுகிறார்.

ஜம்புக் கிழவனும் சாரும் (சிறுவனின் தந்தை) விடியும் வரை அவனருகிலேயே இருந்தனர். விடிந்ததும் அவனை ஆஸ்பத்திரிக்குக் கொண்டு வந்து சேர்த்தார்கள். வெள்ளைத் துணியில் உடலைச் சுற்றிக் கொண்டுவந்து இறக்குகையில் நரிக்குறவர் கூட்டமே அழுதது.

பாலிசின் மனைவியிடம் சொல்லிக் கொண்டு வீட்டிற்கு வந்தார். “சின்னப் பையன் ஓடி வந்து அப்பா மயில் குட்டிபோட்டிருச்சுப்பா பார்க்குக்குப் போயி குடுத்துட்டு வந்துருவமாப்பா. நரிக்குறவன் கேட்டாம்லப்பா. ரெண்டு குட்டி போட்ருக்கு குடுத்துட்டு வருவோம்” என்கிறான். சிறுவனின் தந்தைக்குப் பாலிசு தன் மகனிடம் சொன்னது நினைவுக்கு வந்தது.

“ஒலகத்துல இல்லாத, நடக்காத ஒன்னுக்குத்தான் நீயும் ஆசப்படுற, ஒங்க அப்பாரும் ஆசப்படுறாரு. நானும் ஆசப்படுறன். இந்த ஊரும் ஒலகமும் ஆசப்படுது.”

இந்த வாசகமே கதையின் முடிவாகவும் அமைகிறது. “இரவின் மரணம்” என்பது பாலிசின் மரணத்தைக் குறிக்கிறது. இரவில்தான் நரிக்குறவனுக்கு வாழ்க்கை. “இரவு” என்பது பாலிசுக்கான குறியீடாக அமைகிறது. பாலிசின் மரணமே இரவின் மரணமாகின்றது.

அழுத்தம்

இருபது வருடங்களுக்கு முன்னால் கிராமத்தில் இருக்கும் போது அவ்வூரில் வசித்த பெரியவர் சிவன்பிள்ளை. ‘மூச்சுக்கு முன்னூறு தடவை சாமி சாமி சாமி என்று பழக்கப்பட்டுவிட்ட வாய் இப்போது கூப்பிடத் தாமதித்தது. இந்தத் தாமதத்தின் கால இடைவெளி இருபது வருடம்’ என்கிறார் ஆசிரியர்.

இப்போது தன்னைத் தேடி வீட்டிற்கு வந்திருக்கிறார். ஆசிரியருடைய சொந்த அனுபவமாகத் தற்கூற்று முறையில் இக்கதை அமைந்துள்ளது. மனைவி தனக்குக் காபி கொடுத்துவிட்டு அவருக்குக் கொடுக்கவில்லை. இதை யோசித்துக் கொண்டிருக்கும் வேளையில் சிவன்பிள்ளையே வாய் திறக்கிறார். வந்தவுடனே அவரின் மனைவி கடையில் வாங்கிக் கொடுத்துவிட்டதாகக் கூறினார்.

“வந்த ஒடன எந்த ஊர்னு கேட்டுச்சு, நம்ம ஊர்ப்பேரச் சொன்ன ஒடனேயே ஒக்காரச் சொல்லிட்டு ஓடிப்போயி கடையில கலர் வாங்கியாந்து குடுத்திருச்சு. வெத்தல பாக்கு வேணுமானு கேட்டுச்சு”

“............”

“புள்ள கெட்டிக்காரப்புள்ள. ஆரு எவருன்னு தெரியாவிட்டாலும், தெரிஞ்ச ஆளு மாதிரி எல்லாம் செய்யுது.”

வீட்டிற்கு வந்தவர்களை உபசரிக்கும் தன் மனைவியைப் புகழ்ந்த சிவன்பிள்ளையைப் பார்த்தார். அவர் எத்தனை குழந்தைகள் இருக்கு என்று கேட்டதும் ரெண்டு பையன்கள் என்கிறார். “யோகக்காரன் பொம்பளப்புள்ள இல்ல, எங்கள மாதிரி சீரழிய வேணாம்” என்று வருத்தத்துடன் சொன்னார் சிவன் பிள்ளை. இருபது வருடத்திற்கு முன்பு கம்பீரமாய் இருப்பார். அரட்டவளை பிடித்து விளையாடும் பசங்களை அதட்டுவார். அவர் போடும் கூப்பாடு சந்தியம்மன் கோயிலில் பட்டு எதிரொலிக்கும். சின்ன உசுரைக்கூட காப்பாற்ற நினைக்கும் உயரிய குணம் சிவன் பிள்ளையிடம் இருந்தது. தோட்டத்தில் பன்றிகள் முண்டிப் போட்டதை உரியவனைக் கூப்பிட்டுக் கண்டிக்கும் விதம் அவரின் இரக்கக் குணத்தைக் காட்டுகிறது.

“காவக்காரன் குத்திரட்டுமா, குத்திரட்டுமானு வேல் கம்போட தெனம் வந்து கேக்கான். நான் தான் பாவம்னு சொல்லியிருக்கன். வம்பா ஒரு உசுரக் கொல்றது பாவமில்லையாடா. கெட்டிப்போடு இல்ல கூட்ல அடச்சு வை. காவக்காரன் குத்திக் கொன்னாலும் கொன்றுவான்” என்கிறார். இப்படி வாழ்ந்த மனிதன் இன்று சோர்வாய்த் தெரிந்தார்.

“எனக்கு மூன்று புள்ளைக. மூனும் பொம்பளப் புள்ளைகதான். ஆம்பளப் புள்ள கெடையாது. கடைசிப் புள்ளய கோயில்பட்டியில குடுத்திருந்தன். நக நட்டெல்லாம் போட்டுத்தான் நல்லபடியா செஞ்சேன். கல்யாணம் முடிஞ்சும் இப்ப ஏழெட்டு வருசமாச்சு. நல்லபடியாத்தான் இருந்தாக. அவுகளுக்கும் மூனு புள்ளைக வேற இருக்கு.

இப்ப ஒரு நாலு மாசத்துக்கு முன்னாடி மகளக் கூட்டிக்கிட்டு புள்ள குட்டியோட ஊருக்கு வந்தாக ஓடிப்போய் பாத்தா மகளுக்கு வலது காலு ஒடிஞ்சிருக்கு. என்னன்னு கேட்டா மாடிப்படியில தவறி விழுந்துட்டம்னு சொல்லிட்டா. மருமகனும் பேசாம

இருந்துட்டாரு. சரி, இனி என்ன செய்றது, வில்லாறத வித்து, ஒங் கூட்டாளிகிட்ட பத்துநூறு கடன் வாங்கி ஆஸ்பத்திரியில சேத்து, போட்டோ எடுத்து, கெட்டுப் போட்டு மூனு மாசமா சீரழிஞ்சு ரொம்பக் கஷ்டப்பட்டுப் போச்சு, கஷ்டம் ஒரு பக்கம் இருக்கட்டும், அன்னக்கி வந்து வீட்ல எறக்கிவிட்டுட்டுப் போன ஆள்தான். மருமகன் எட்டிக்கூடப் பார்க்கல".

"மூனு புள்ளைகளையும் தாமரிச்சு. அவளுக்கும் வைத்தியம் பார்த்து, அந்தக் கண்ணராவிய வாயால சொல்ல முடியாது. குடிச்சும் குடியாமயும், சாப்பிட்டும் சாப்பிடாமயும், நல்ல ஒறக்கங் கெடையாது. ஊருக்கும் ஆஸ்பத்திரிக்கும் நாயா அலஞ்சு ஒரு வழியா வீடு வந்து சேந்தோம்". தன் வருத்தத்தைக் கொட்டுவதற்கு ஆள் கிடைத்தது போல் சிவன் பிள்ளை சொல்லிக் கொண்டிருந்தார். மகளிடம் பையப் பேச்சுக் கொடுத்துப் பார்த்ததில் மருமகன் ஒருத்தியைச் சேத்து வைத்திருப்பதாகவும், அவளும் அவனும் சேர்ந்துதான் தன் மகள் காலை ஒடித்ததாகவும் தெரிய வந்தது என்றார்.

"மூத்த மகள் கணவன் சீக்காளியாய் இருந்து இறந்துவிட்டான். அவளும் ரெண்டு புள்ளைகளோட நம்ம வீட்லதான் இருக்கா. ரெண்டாவது மகளைக் கட்டினவன் காலு ஒச்சம் எப்படியோ அவளுக்குப் பொழப்பு ஓடுது. அவனோட பெத்தவங்க கிட்ட சொன்னா ஒங்கபாடு அவம்பாடுன்னு கையை விரிச்சிட்டாங்க. போலீஸ்ல புடிச்சிக்குடுத்துரலாம்னு இருக்கேன்".

நல்லவங்க போலீசுக்குப் போகமாட்டாங்க என்றதும் பதிலுக்கு சிவன்பிள்ளை "ஆளக் குளோஸ் பண்ணியிற வேண்டியதுதான்"

"அவனக் கொன்னுட்டு நீரு ஜெயிலுக்குப் போய்ட்டா, ஒம்ம பிரச்சனையெல்லாம் முடிஞ்சு போகுமா?"

"கழுத அரிசியாகுது இல்ல தவிடாகுது"

அருவாளையும் கத்தியையயும் சிவன்பிள்ளையிடமிருந்து வாங்கி வைத்துவிட்டு வண்டியில் ஏற்றி பஸ்ஸ்டாண்ட் வரை கொண்டு விட்டுவிட்டு வந்தார். விடிந்ததும் ஊரிலிருந்து சிவன் பிள்ளை செத்துவிட்டதாக தகவல் வந்தது. கோயில்பட்டியில் வைத்து மருமகன் அவரை வெட்டிக் கொன்றுவிட்டான். கேட்டவருக்கு அதிர்ச்சியாய் இருந்தது. கத்தியையும் அருவாளையும்

அவர்கிட்ட வாங்காமல் இருந்தா செத்துருக்கமாட்டார் என அவர் மனைவியும் அழுது புலம்பினாள். கத்தியும் அருவாளும் அவரைக் காப்பாத்திருக்கும். பஸ்டாண்ட்ல விட்டவரு பஸ் ஏத்திவிட்டுட்டாவது வந்திருக்கனும் என்ற மனைவியின் புலம்பல் மனதைப் பிசைந்தது.

மருந்து

சிறு குழந்தைகளுக்குப் பெற்றோர்கள் கதைகள் சொல்லி அதன் மூலம் அவர்களுக்கு நன் மதிப்பிலான பண்புகளை எடுத்துரைத்து வளர்த்தல் அவசியம் என்பதை உலகிற்கு உணர்த்துவதாகக் இக்கதை அமைகிறது. சிறுவர்களின் பெரும்பாலான நோய்களுக்குத் தீர்வு கதைகளில் இருக்கின்றது. உடல்நிலை சரியில்லாமல் மூன்று நாளாய் ஆஸ்பத்திரியில் சேர்க்கப்பட்டிருந்த குழந்தை விஜய்யை டாக்டர்கள் எவ்வளவோ பரிசோதித்தும் மருந்துகள் கொடுத்தும் சரி செய்யமுடியவில்லை. ஆனால் அவன் தந்தை கதை சொல்லி அவனைப் படுக்கையிலிருந்து எழுப்பி கதை கேட்க வைக்கிறார்.

பத்திரிகையில் வெளியான இந்தக் கதையைப் படித்துவிட்டு எத்தனையோ தொலைபேசி அழைப்புகள் ஆசிரியர் தர்மனுக்கு வந்திருக்கின்றன. "என் பேத்திக்கு விரல் சப்பும் பழக்கம் உண்டு. அதை மறக்கடிக்க முடியவில்லை உங்கள் கதையைப் படித்தபிறகு தினமும் அவளுக்குக் கதை சொல்கிறேன். என் மருமகள் என்ன செய்தீர்கள் இந்தப் பழக்கத்தை விட்டுவிட்டாள் என்று கேட்டாள். இது போல் நிறைய எழுதுங்கள் சார்." என்று ஒரு பெண்மணி தொலைபேசியில் வாழ்த்தியிருக்கிறார்.

ம(னி)தம்

முத்துப்பேச்சியின் கணவன் இறந்துவிட்டான். அவளோ அழுதுகொண்டு இருந்தாள். பிணத்தைத் தூக்காமல் வைத்து இருந்தனர். முத்துப்பேச்சியின் கணவன் பிணத்தை எடுப்பதற்கு மேல் சாதியினரின் கட்டமொய் அனுமதியைப் பெறுகின்ற அவலநிலையைக் கதையில் விளக்குகின்றார். முத்துப் பேச்சியை "சரிசரி எந்திரி, நீ என்ன கத்தினாலும் ஒம் புருஷன் எந்திரிச்சா வந்திரப் போறான். எதுக்கு ஓயாம அழுது அழுது சாகிற. ஒம் புருஷன் இப்பப் போயி சேந்தது நல்லதுன்னு நெனச்சுக்கோ. இனி நாலு நாள் கெடந்து செத்தா சந்தியம்மன் கோயில் பொங்கலு மயிரு கெணக்கா நடக்கும். பொங்கத் தடையில செத்த பயன்னு ஊர் வேற பேசும்" என்றார் பாண்டியத்தேவர்.

“இதில் மேலக்குடி கட்டமொய் வாங்குவது என்பது இலேசுப்பட்ட காரியமில்லை. அப்பிராணி சப்பிராணி என்றால் பிரச்சனை இல்லை. மேகலத்தாருக்குக் கொஞ்சம் பிடிக்காதவனாய் இருந்துவிட்டால் கேக்கவே வேண்டாம். சாமானியமாக மொய் தரமாட்டார்கள். செத்தவன், செத்தவனின் குடும்பம் பூராவும் ஏதாவது தவறு செய்திருந்து அதுக்குக் கட்டுப்படாமல் இருந்தால் அவ்வளவுதான். எல்லாம் பைசல் செய்து மேலக்குடி கட்டமொய் வாங்காமல் பிணத்தைத் தூக்கவே முடியாது. அது பத்து வருசமோ இருபது வருசமோ முந்திய தவறாக இருந்தாலும் சரிதான். இல்லையென்றால் பிணம் நாற வேண்டியது தான்.”

மேல் தட்டில் உள்ள மக்கள் கீழ்தட்டில் உள்ளவர்களை மிரட்டியும் அதிகாரம் செய்தும் வாழ்ந்திருக்கிறார்கள். சாதியும் வறுமையும் ஒன்றையொன்று சார்ந்த காரணங்களாக அமைகின்றன.

குருஸ் என்பவன் வேலைக்குச் செல்கிறான். அவனை வம்பாய் அழைத்துச் சீண்டுகின்றனர். அவன் பேசும் நையாண்டிப் பேச்சிலும் அர்த்தம் இருப்பதாய் ஆசிரியர் காட்டியுள்ளார். இந்த நாகரிகத்துல குருஸ் கோவணத்துடன் செல்வதை எல்லோரும் கேலி பேசுகிறார்கள்.

“வெக்கம் என்ன சாமி வெக்கம், எங்கப்பன் பழநி முருகனே கோவணத்தோட தான நிக்காரு. நீங்களும் கும்பிடுறீங்க. நாங்களும் கும்பிடுறம், நாலா சனங்களும் கும்பிடத்தான் செய்யிது. யாராவது போயி வேட்டி கட்டச் சொல்றதுதான, இல்ல கும்பிடமாட்டம்னு நின்னுக்கிற வேண்டிதான.”

தண்ணீர் குடத்துடன் சென்ற பொம்பளைகளும் இவன் பேசுவதை நின்று வேற பார்த்துச் சென்றனர்.

“அப்ப பழனி மல முருகன் வேட்டி கட்னாத்தான் நான் கெட்டுவமுங்க”

“முருகன் வேட்டி கட்ட மாட்டாரு”

“அவரு ஒங்க முன்னால வந்தா வேட்டிய மடிச்சுக் கெட்ட முடியாது. தலைல இருக்கிற துண்ட எடுத்துக் கக்கத்துல இடுக்கணும், இந்த வம்பெல்லாம் வேண்டாமின்னுதான் முருகன் கோவணத்தோட நிக்காரு”. எல்லோரும் அவன் பேச்சில் வயிறு குலுங்கச் சிரித்தார்கள். அவன் பேச்சில் இருந்த சாதிய எள்ளல்

அவர்களுக்குத் தெரியவில்லை. ஏதோ அவன் சிரிப்பாய்ப் பேசியதாக நினைக்கின்றனர்.

“டீக் கடையில டீக் குடிக்கப் போகும் போது வீட்லருந்து கிளாசு கொண்ட்டு போயி குடிக்கயாமில்லடா குருசு” காளியப்ப ரெட்டியின் கேள்வியில் கூட்டம் அமைதியானது.

“அங்க இருக்கிற எல்லாக் கிளாசும் அசிங்கமா இருக்கு சாமி”

“எல்லாக் கிளாசும்னா”

“எங்களுக்குப் போட்டு இருக்கிற கிளாசு. ஒங்க கிளாசப் பத்தி, நமக்கென்ன கவல”

குருஸ் செய்வதைத் தவறு என்று கண்டிக்கின்றனர்.

“அதுக்கு என்ன சாமி செய்ய முடியும். ஒங்க கிளாசுல குடுங்கன்னு கேட்டா குத்தம். தனிக் கிளாசு போடாதிங்கன்னு கேட்டா குத்தம். இதுக்கு நான் என்ன செய்யட்டும் சாமி” என்கிறான்.

ஒருநாள் கோபாலய்யர் மேல் கஞ்சிக் கலயத்தை ஊற்றிவிடுகிறான். அய்யர் மேலெல்லாம் துடைத்தும் விடுகிறான். குருஸின் செயலைக் கண்டு அய்யர் ஊரைக் கூட்டுகிறார். அய்யரு சொல்வதெல்லாம் உண்மையா என்று கூட்டத்தார் கேட்கின்றனர்.

“சாமிகள, தொரைகள இந்த நாய்க் குட்டியப் பத்தி ஒங்களுக்குத் தெரியாததா, தோளிலிருந்து கம்பி சரட்னு நழுவிருச்சு. சர்க்னு தரையில ஊன்றிக் குத்தவும், சாமியவுக பயந்து எம் மேல சாய, தலையிலிருந்த கலயம் சாஞ்சி எங்கஞ்சி வம்பாப் போச்சு.” “கொட்டுன நீ, எதுக்கு அய்யர்மேல தொடச்சிவிட்ட” என்றதும், “சாமியவுக ஒத்துடா ஒத்துடான்னாக, சும்மாட்டுத் துணிய எடுத்து மேல்ல ஒட்டியிருந்த ஈரத்தையெல்லாம் ஒத்தி ஒத்தி எடுத்தேன்.”

கூட்டம் இவன் பேச்சில் கைகொட்டிச் சிரிக்கிறது. மேல் சாதிக்காரரின் மெய்யைத் தீண்டுதல் கூடாது என்ற தீண்டாமையை எள்ளல் தன்மையுடன் தீண்டி விளையாடுகிறான் குருஸ். பொங்கல் முடிந்ததும் வெட்டுப்பட்ட கிடாய்களோடு மனித சாதி உடல்களும் வெட்டுப்பட்டுக் கிடந்தன. பொன்னையா ரெட்டியாரும் பாண்டியத் தேவரும் கால்மாடும் தலைமாடுமாய்க் கிடந்தார்கள். நிஜக் கிடாய்களின் இரத்தமும் மனித கிடாய்களின் இரத்தமும் ஒன்றாகக் கலந்து நிலத்தில் உறைந்திருந்தது.

எத்தனையோ சாதிகள் பல்கிப் பெருகிவிட்டன. சாதிக்குள்ளும் பல கிளைகள். சாதியின் பெயரைச் சொல்லி சங்கங்கள். சுதந்திரப் போராட்டத் தியாகிகளையும் இன்று சாதியின் தலைவர்களாக்கி விட்டனர்.

வில்லிசை வேந்தர் பிச்சைக்குட்டி
(வாழ்க்கை வரலாற்று இலக்கியம் – 2002)

இந்த நூலின் முன்னுரையில் சோ.தர்மன் வில்லிசை பிறந்த மரபு பற்றி நீண்ட கருத்துக்களைத் தெளிவுபட விளக்கியுள்ளார். பெரும்பாணாற்றுப்படையில்,

"தமிழின்
புழற்கோட்டுத் தொடுத்த மரற்புரி நரம்பின்
வில்யாழிசைக்கும் விரலெறி குறிஞ்சி." பெரும்பாண் (169-184)

என்று குறிப்பிடப்பட்டுள்ளது. "வில்யாழ்" என்றொரு இசைக்கருவி பற்றிய குறிப்பு நமக்குக் கிடைக்கிறது. இவ் இசைக்கலை தோன்றிய இடம் திருநெல்வேலி மாவட்டம். இந்த வில்லிசைக் கலையை மிகச் சரியான முறையில் கையாண்டவர் என்ற பெருமை புலவர் ச.பா.பிச்சைக்குட்டி அவர்களையே சாரும். இவருக்கு முன்னரே வில்லிசைக் கலைஞர்களாக இருந்தவர்கள் நெல்லை ஐயம் பிள்ளை, கன்னியாகுமரி மாவட்டம் தோவாளை சுந்தரம் பிள்ளை ஆவார்.

இறந்துபோன மனிதர்கள், வீரச் செயல் புரிந்தவர்களின் கதைகள் நாளாவட்டத்தில் மறைந்து பேய்களையும் முனிகளையும் அடக்கியாளும் சிறு தெய்வங்களான சுடலை மாடன், இசக்கி, அய்யனார் போன்ற காவல் தெய்வங்களைப் பாடுகிறார்கள்.

கோவில்பட்டிக்கு அருகில் உள்ள சபரி மங்கலத்தில் பிறந்தவர் பிச்சைக்குட்டி. கோவில்பட்டியில் படிப்பை முடித்து விட்டு சாத்தூரில் ஆரிய வைசிய உயர்நிலைப் பள்ளி ஆசிரியராக விளங்கினார். ஆசிரியப் பணிக்கு முன்பு தொழிற்சங்கவாதியாகத் திகழ்ந்தார். ஹோமியோபதி டாக்டராகவும் பணி செய்திருக்கிறார். அதன் பிறகு முழு நேர வில்லிசைக் கலைஞராக வாழ்ந்து மறைந்திருக்கிறார்.

வாழ்க்கையில் ஒரு சிலருக்கு மட்டுமே கிடைக்கக்கூடிய அபூர்வ வாய்ப்பு வில்லிசை வேந்தர் பிச்சைக்குட்டி அவர்களுக்கு அவர் வாழும் காலத்திலேயே கிடைத்திருந்தது. அவருக்குக் கிடைத்திருந்த அந்தக் கௌரவம் கிராமியக் கலையான வில்லிசைக்குக் கிடைத்த

கௌரவமாகக் கூட நாம் எடுத்துக் கொள்ளலாம். வேந்தர் வாழும் காலத்தில் முதலைமைச்சர் தொடங்கி மந்திரிகள், உயர் அதிகாரிகள், நாடகக் கலைஞர்கள், திரைப்பட நடிகர்கள், எழுத்தாளர்கள் மற்றும் பின்னணிப் பாடகர்கள், முக்கியப் பிரமுகர்கள் அனைவரும் வில்லிசை வேந்தர் பிச்சைக்குட்டிக்குப் பரிச்சயமானவர்களே.

'வில்லிசை வேந்தர்' (நெல்லை சங்கீத நாடக சபா) 'வில்லிசை அரசு' (குன்றக்குடி ஆதீனம்) வில்லுப்பாட்டு பிரவீணா, வில்லுப்பாட்டு விஷாரதர் (வேதாந்த சர்வகலா சாலை, ரிஷிகேஷ் இந்த இரண்டு விருதுகளையும் வழங்கியது.) "திருவாவடுதுறை ஆதீனப் புலவர்" "கலைமாமணி" (தமிழக அரசால் 1971-இல் வழங்கப்பட்டது.)

வேந்தர் பிச்சைக்குட்டிக்கு ஆறு மகன்களும் ஒரு மகளும் என ஏழு குழந்தைகள். மலேசியா, இலங்கை முதலிய வெளிநாடுகளில் வில்லிசையைப் பரப்பிய பெருமைக்குரியவர்.

சோ. தர்மனின் புதினங்கள்

தூர்வை (1996)

ஒரு குறிப்பிட்ட இடத்தை மையமாகக் கொண்டே நாவல் இயங்குகின்றது. கதை நிகழும் இடம் நாவலில் தெளிவாகக் காட்டப்படும் போது வாசகர்களுக்கு அங்கேயே வாழ்வது போன்ற பிரமை உண்டாகிறது. நாவலாசிரியர்கள் பெரும்பாலும் தாம் வளர்ந்த, வாழ்ந்த இடங்களையோ அல்லது பழகிய இடங்களையோ தேர்ந்தெடுக்கின்றனர். சோ.தர்மனும் தம்முடைய 'தூர்வை' நாவலில் தன்னுடைய சொந்த வட்டாரமாகிய கோவில்பட்டி வட்டாரத்தைத் தேர்ந்தெடுத்துள்ளார். இந்நாவலின் கதை இவ்வட்டாரத்தில் உள்ள உருளைக்குடி என்னும் கிராமத்தை மையமாகக் கொண்டுள்ளது.

ஒரு எழுத்தாளன் தனக்கு நன்கு பழக்கமான ஒரு வட்டார மொழியினைத் தன்னுடைய இலக்கியப் படைப்பில் கையாளுவதன் மூலம் தனிச்சிறப்பைப் பெறுகின்றான். அன்றாட நிகழ்ச்சிகளைக் கொண்டு எழுகின்ற எதார்த்த நாவல்களுள் இதுவும் ஒன்று. இருபதாம் நூற்றாண்டில் ஏற்பட்ட தொழில்மயமாதல், நகர்மயமாதல் போன்றவற்றினால் கிராமப்புறங்களில் ஏற்பட்ட பல்வேறு வகையான மாறுதல்களை இந்நாவல் சித்தரிக்கின்றது.

இந்நாவலின் தொடக்கமே கிராமப்புற விவசாயம் வளர்ந்தோங்கியிருந்த நிலையைக் காட்டுகின்றது. நிலம் உடைய

நல்ல விவசாயக் குடும்பமாக மினுத்தான் குடும்பத்தைக் காட்டுகின்றார் ஆசிரியர். மற்ற சாதிக்காரர்கள் எல்லாம் இவன் வீட்டில் சாப்பிட்டுச் சென்ற நிலையைக் காண முடிகின்றது. இவன் மனைவிகள் மாடத்தி, சீனியம்மாள் இருவரும் அயராது உழைப்பவர்களாகவும், கேட்பவர்களுக்கு இல்லை என்று சொல்லாது கொடுக்கும் மனம் படைத்தவர்களாகவும் திகழ்கின்றார்கள்.

எல்லா கிராமங்களிலும் ஊர்மடங்கள் இருப்பதைப் போன்று இங்கும் இருந்தது. மக்கள் அங்கு அமர்ந்து கொண்டு கதைகள் பல பேசிச் சிரித்து சோர்வைக் கழித்தனர். முத்துவீரன் என்னும் கிழவன் மடத்தில் அனைவருக்கும் கதைகளைச் சொல்லிச் சொல்லி அவ்வப்போது வயிறுவலிக்கச் சிரிக்க வைப்பான். கம்மாக்கரை அய்யனார், கரை உடையாமல் நான் பார்த்துக் கொள்கிறேன் என்று கூறுவதிலிருந்து அக்கிராம மக்கள், அய்யனார் காவல் நின்று தங்களை வழிநடத்திச் செல்வதாக நம்பிக்கை கொண்டிருந்தமை புலனாகிறது.

மினுத்தானின் மகன் பெரியசோலை பொறுப்பில்லாமல் திரிவதைக் கண்டு அவனுக்குத் திருமணம் செய்து வைக்கின்றனர். மினுத்தான், மாடத்தி, இவர்களுக்கு வயதாகி விடுகின்றது. அவர்களால் முன்புபோல் வேலை செய்ய முடியவில்லை. மினுத்தானின் மூத்த மனைவி மாடத்தி சாகும் போது சிறுவயதிலிருந்து தன் வீட்டில் வேலை செய்யும் குருசாமிக்குச் சொத்து எழுதி வைத்துவிட்டுச் சாகின்றாள். இச்செயலை அக்குடும்பமும் ஊராரும் ஆதரிப்பதிலிருந்து அக்கிராம மக்கள் மனிதாபிமானம் மிக்கவர்கள் என்பதை அறியமுடிகின்றது.

சந்ததி மாற்றம்

மினுத்தானுக்கு வயதாகிவிட்டமையால் பொறுப்பெல்லாம் பெரிய சோலை கவனிக்க நேரிடுகிறது. பெரிய சோலையின் தலைமுறையில் மாற்றம் ஏற்படுகிறது. தொடர்ந்து மழை பெய்யாமல் போகவே பூமி எல்லாம் வறண்டு போகிறது. "எங்க காலத்துல சமஞ்ச கொமரிகூட ஒளிஞ்சு வெளையாடுவா, எளவட்ட மாருககூட சரிமல்லுக்கெட்டுவா. இப்ப பயக பிஞ்சுல பழுத்த பயகளா இருக்கான். சிருக்கிகளும் அப்படித்தான் எவளாவது மொழங்கை வரைக்கி கைவச்சு ரவிக்கை போடுறாளா, தோள்புஜம் தெரிய சட்ட போடுறாளா, சொன்னா இதுதான் நாகரிகம்ங்றா, மனசுபூராவும் சூதும் வெனயமும் நெறஞ்சு போச்சு, அதுகெணக்கா

தான் மழயும் பெய்யும்'' என்ற உரையாடல் கிராமப்புறங்களிலும் நாகரிகம் வளர ஆரம்பித்து விட்டதைத் தெளிவுபடுத்துகிறது.

"வேலைக்கு முன்னமாதிரி ஆள் கெடைக்கல. அப்படியே கெடைச்சாலும் வணங்கி வேல செய்ய மாட்டங்கிறாக. சம்பளம் திட்டங்கெட்ட சம்பளம் கேக்காக, கையில மணியக் கெட்டிட்டு வேலைக்கு வாராக, இஞ்சிக் கணக்கும் பாக்காக, வெளச்சலும் முந்தி மாதிரி ஏறிமாறி வெளையல, மழையும் வர வர வருசத்துக்கு வருசம் ஒரும்பாகிப் போச்சு, போற போக்கைப் பாத்தா சம்சாரிக பூராவும் சட்டி எடுக்க வேண்டிதான் பாக்கி'' என்ற செய்திகள் கிராமப்புற விவசாயம் மாற்றம் கண்டுள்ளமையை உணர்த்துகின்றன.

தீப்பெட்டித் தொழிற்சாலைகள் வர ஆரம்பித்ததால் விவசாயம் குன்றி விட்டதைக் காணமுடிகின்றது. அனைவரும் தீப்பெட்டித் தொழிற்சாலைக்குச் செல்வதால் காட்டு வேலைக்கு யாரும் வருவதில்லை. மேலும், வெயிலில் காய்ந்து கொண்டு வேலை செய்வதைவிட நிழலில் இருந்து கொண்டு சினிமாப் பாட்டுக் கேட்டுக் கொண்டே வேலை செய்வதை மக்கள் விரும்பினர்.

"ஒரு பயலுக்கு நாலு புள்ளன்னா ரெண்டு பொட்டக் கழுத தீப்பெட்டி ஆபிசப் பாத்து போயிறா. மத்த ரெண்டு பயலும் அரையும் குறையும் படிச்சிட்டு ஒரு கொளாய மாட்டிக்கிட்டு மேலயும் கீழயும் பாத்திட்டு அலையறான்'' என்று அவ்வூர்ப் பெரிய மனிதர்கள் இம்மாற்றத்தைத் தாங்கிக் கொள்ளமுடியாமல் புலம்பினார்கள்.

பெரியசோலையும் தன் நிலங்களைத் தீப்பெட்டித் தொழிற்சாலை வைப்பதற்கும், சாக்கு மிசின் வைப்பதற்கும் விற்றுவிட்டான். சுற்றிச் சுற்றித் தன் நிலம் மானபங்கப்படுவதைப் பழுத்த கிழவனான மினுத்தானால் தாங்கிக் கொள்ள முடியவில்லை. இதனால் வீட்டிலேயே முடங்கிக் கிடந்து இறந்து விடுகிறான்.

ஐரோப்பியர் கால வருகையால் நம் நாட்டில் ஏற்பட்ட மாற்றங்கள் குறிப்பிடத்தக்கதாகும். அதுபோல் இந்நாவலிலும் கங்காணியின் வருகை முக்கிய இடத்தைப் பெறுகின்றது. பவுல் என்பவன் பினாங்கிலிருந்து கங்காணியாகப் பெரிய துரை மாதிரி வந்தபோது ஊரே கடன்காரர்களாகிப் போனதால் நிறைய நிலங்கள் அவன் கைக்கு மாறியது. பலபேர் கிறித்தவர்களாகவும் மாறினர். ஏர்பூட்டி

உழுவதையும் கமலை ஏற்றம் இறைப்பதையும் விவசாயிகள் மறந்து போனார்கள்.

நவீன எந்திரங்கள் கங்காணியின் மூலம் உருளைக்குடிக் கிராமத்திற்குக் கொண்டுவரப்பட்டன. பழமைவாதிகளுக்கு இம்மாற்றங்கள் பெரும் வருத்தத்தை உண்டாக்கின. நாகரிகம் என்ற பெயரால் மக்கள் அழிவுப் பாதையைத் தேடுவதாக உணர்ந்தார்கள். வரதம்பட்டி ஓடையின் நடுவில் அமைந்துள்ள பாறையினால் உருளைக்குடி கிராமத்திற்குத் தண்ணீர் வருவதில்லை. வரதம்பட்டி மக்கள் பாறையை உடைப்பதற்கு ஒத்துக் கொள்ளவில்லை.

பெரிய சோலை, முத்தையா இன்னும் பல பேர் சேர்ந்து பாறையை உடைத்துவிட்டு, அப்பழியை நீர்ப்பாய்ச்சி அருணாசலத்தின் மீது போட்டனர். ஊரே நன்மை அடையும் என்ற நிலையில் அவர்களுக்கு இச்செயல் சரியென்றே தோன்றியது.

பெரும் சம்சாரியாக விளங்கிய பெரிய சோலை கூலி வேலைக்குச் சென்றான். அவன் தன் மனைவி மக்களுடன் நகர்ப்புறமாகிய கோவில்பட்டிக்குக் குடிபெயர்ந்துவிடுகின்றான். "ஊரில் சம்சாரிகளை அண்டிப் பிழைத்த தொழிலாளிகள் யாருமே இல்லை. சம்சாரிகளே தகிடுதத்தம் போட்டு காத்தாடிப் போன பிறகு அவர்களால் ஊரில் தாக்குப் பிடிக்க முடியாமல் வெளியேறிப் போய் விட்டார்கள்" சம்சாரிகள் விளைபொருட்களை விலைபேசுவதுபோல் அவர்களின் நிலங்கள் விலை பேசப்பட்டன.

இவ்வாறு நாவலின் தொடக்கத்தில் உருளைக்குடி கிராமம் பெரும் விவசாயிகள் நிறைந்ததாகவும், பின்னர் நாகரிகம் கிராமப்புறங்களைத் தாக்கியதனால் அக்கிராமம் அடைந்த மாற்றத்தையும் ஆசிரியர் தம் நாவலில் அழகாகச் சித்தரித்துள்ளார்.

நடை

நவீன இலக்கியத்தில் பலவிதமான நடைகளை எழுத்தாளர்கள் கையாண்டு வருகின்றனர். படிப்பிற்கு எளிமையாகவும் இயல்பாகவும் அமைந்த நடையையே பெரும்பாலான எழுத்தாளர்கள் பின்பற்றுகின்றனர். அவர்களில் சோ.தர்மனும் குறிப்பிடத்தக்கவராவர். ஒவ்வொரு வட்டாரத்திலும் ஒவ்வொரு விதமான பேச்சு வழக்கு உருவாகி அமைகின்றது.

வட்டார நாவல்களில் மண்ணின் மணம் வீச வேண்டும். இந்நாவலாசிரியர் கோவில்பட்டி வட்டார வழக்கு நடையை

முழுமையாகக் கையாண்டு மண்ணின் மணத்தைப் பரப்பியுள்ளார். "ஏண்டா சாப்டாம ஒன்னுங்காம இப்படி வந்து நிப்பயாக்கும். ஒங்கப்பன் நாலாலு கூடுன எடத்துல நிக்கவே வெக்கப்படுவான். நிய் என்னடான்னா யார் சொன்னாலும் கேக்கமாட்டேங்க." இதே போன்று நாவல் முழுவதும் எளிமையான நடையைக் கையாண்டுள்ளமையைக் காணலாம்.

"நல்ல புள்ளப் பெறல சொல்லுக்கேளாப்புள்ளப் பெத்தா கொலத்துக்கே ஈனம்னு சொலவட எனக்கு வாச்சிருக்கு" இவ்வுரையாடலில் 'சொலவட' என்ற சொல்லாட்சி பழமொழியைக் குறிக்கின்றது.

வட்டாரமொழி இலக்கியங்கள் குறிப்பிட்ட வட்டாரத்தைச் சேர்ந்தவர்களுக்காக மட்டுமே எழுதப்படுவதில்லை. சிந்தனைகளும் அதன் அர்த்தங்களிலும் செயல்பாடுகளும் மனித வர்க்கங்கள் அனைவருக்கும் பொதுவானவையாகும். நெல்லை வட்டார வழக்கிற்குப் புதுமைப்பித்தன், தஞ்சை வட்டார வழக்கிற்குத் தி.ஜானகிராமன், கன்னியாகுமரி வட்டார வழக்கிற்கு நீலபத்மநாபன், சென்னை வட்டார வழக்கிற்கு ஜெயகாந்தன் போன்று, கோவில்பட்டி வட்டார வழக்கிற்கு சோ.தர்மனும் குறிப்பிடத்தக்கவராவார்.

எதார்த்தவாதம்

நடைமுறை வாழ்க்கையில் தொடர்ந்து நடைபெறும் நிகழ்ச்சிகளை, உள்ளது உள்ளபடியே இலக்கியத்தில் வடித்துத் தருவது எதார்த்தவாதமாகும். இம்மாதிரியான நாவல்கள் 'நடப்பியல் நாவல்கள்' என்றும் அழைக்கப்படுகின்றன. "தனி நபர்களின் அன்றாட வாழ்வினூடே தென்படும் வாழ்விருப்பின் உண்மையான உரிய அனுபவ முழுமையின் நுண் இழைகளைக் காலப்போக்கு முறைமையில் உள்ளதான ஓர் இடப்பின்னணி மெய்ம்மையுடன் எவ்வித இலட்சிய உருவாக்கல்களோ பண்பு சார்ந்த தொடர் உருவகக் குறியியலாக்கலோ அமையாமல் நடப்பு உண்மை அனுபவமாகப் படைக்கப்படுவதே நாவல் எனலாம்" என்ற திறனாய்வாளர்களின் கருத்தை இந்நாவல் உள்ளடக்கமாகக் கொண்டுள்ளது.

எதார்த்தவாத நாவல்களில் தலைமைப் பாத்திரம் என்று எதுவும் சுட்டிக்காட்ட முடியாது. இந்நாவலில் இடம்பெறும் நிகழ்ச்சிகள் ஒரு சமூகத்தோடு தொடர்புடையதாக இருப்பதால் பாத்திரங்களும் ஒரு கூட்டாகவே படைக்கப்பட்டிருக்கின்றன. எதார்த்தவாத நாவலுக்கு இந்நாவல் சிறந்த எடுத்துக்காட்டாக அமைகின்றது.

தென்மாவட்டங்களில் கிணற்றில் தூர்வாரும் பணியைத் தூர்வை எடுத்தல் என்று கூறுவர். பழையன கழிதலும் புதியன புகுதலும் என்று கூறலாம். அந்தவகையில் சோ.தர்மன் கிராமப்புற விவசாயம் நலிவடைந்து தொழிற்சாலைகள் பெருகியதையும், நகர வாழ்க்கை கிராமப்புறத்தில் பரவியதையும் 'தூர்வை' நாவலில் குறிப்பிடுகின்றார். ஐரோப்பியர் வருகையால் அடைந்த மாற்றம் 1950க்குப் பிறகு கிராமப்புறங்களையும் தாக்கிய நிலையை இந்நாவலில் காணமுடிகின்றது.

ஆகவே, ஆசிரியர் 'தூர்வை' என்று இந்நாவலுக்குப் பெயர் வைத்துள்ளமை பொருத்தமுடையதாக அமைகின்றது. மேலும் இந்நாவலைப் படித்து முடித்ததும் கோவில்பட்டி வட்டாரத்திற்கே போய் வந்துவிட்ட ஒரு நிலை வாசிப்பாளனுக்கு ஏற்படுகின்றது.

கூகை (2005)

கூகை என்பது ஒரு பறவையின் பெயர். ஆந்தை இனத்தைச் சேர்ந்தது. ஆந்தையைவிடப் பல மடங்கு உருவத்தில் பெரியது. கோட்டான் என்று அழைக்கப்படும் பறவையே வழக்கில் கூகை என்றழைக்கப்படுகிறது. கூகைக்குப் பகலில் கண்தெரியாது. மற்ற பறவைகள் எல்லாம் கொத்தும். ஆனாலும் அசையாமல் நிற்கும். பெரும்பாலும் தன்னைத் தற்காத்துக் கொள்ள மரப்பொந்துகளிலேதான் வாழும். ஆனால் இரவில் இதற்குக் கண் தெரிவதனால் தனக்கான இரையை இரவு நேரத்தில்தான் தேடும்.

இப்பறவையின் முகம் கோரமாகவும் கொடூரமாகவும் இருப்பதனால் இதைப் பார்த்தாலே அபசகுணம் என்று மக்கள் நினைப்பதுண்டு. கூகை அலறும் குரல் கேட்டால் கிராம மக்கள் பயத்தில் நடுங்கிப் போவர். ஏதோ தீங்கு நடக்கப் போகிறது என அஞ்சுவர். வலிமை இருந்தாலும் அதை வெளிப்படுத்தாது. உணவிற்காக மட்டுமே தன் பலத்தை வெளிப்படுத்தும்.

கூகைகளுக்குக் கேட்கும் திறன் அதிகம். பகலில் பார்க்க முடியாவிட்டாலும் கேட்கும் ஒலியில் தன்னைத் தற்காத்துக் கொள்ளும். பெரும்பாலும் கூகைகளில் பெண் கூகைகள் மிக வலிமையுடையதாய் இருக்கும். ஆக்ரோஷத்தை அதிகம் வெளிப்படுத்தும். பெரும்பாலான கூகைகள் இடப்பெயர்ச்சியை விரும்பாதவை. அதாவது, ஒரு இடத்திலிருந்து இன்னொரு இடத்துக்கு இடம் பெயர்வதில்லை.

நாவலில் ஆசிரியர் கூகையை ஒடுக்கப்பட்ட மக்களின் குறியீடாக இங்கே பயன்படுத்தியிருக்கிறார். சித்திரம்பட்டி கிராமத்தை மையங் கொண்டு கதை செல்கிறது. நிலப் பிரபுத்துவ ஆட்சி நடந்த காலகட்டங்களில் சாதி அடிமைத்தனமும் கிராமங்களில் ஓங்கி இருந்தது. மேல் சாதிக்காரர்கள் வீட்டில் யாரேனும் இறந்து விட்டால் தாழ்த்தப்பட்ட மக்கள்தான் ஊர் ஊருக்கு ‘துட்டி’(துக்கம்) சொல்லிப்போகவேண்டும். அதற்குச் செலவுக்குப் பணம் கொடுத்து அனுப்புவார்கள்.

இதுபோல் மேலப்பட்டி கிராமத்திற்குத் துட்டி சொல்லப்போன முத்துக்கருப்பனும், மூக்கனும் கோவில்பட்டி நாச்சியாரம்மா ஹோட்டலில் முக்கா ரூபாய்க்கு முடிந்தவரை சாப்பிட்டார்கள். உண்ட மயக்கத்தில் அதற்குமேல் நடக்க முடியாமல் இருவரும் கூகைச்சாமி கோயில் ஆலமரத்தடியில் படுத்து கண் அயர்கின்றனர். சடாரென விழுந்த செருப்புக்கால் எத்தில் இருவரும் கண்முழித்துப் பார்த்தனர். அவக்தவக்கென்று எழுந்து கைகட்டி தலை குனிந்து நின்றான் மூக்கன்.

“நாறப் பயகளா, ஒங்களுக்கு கேக்குதோ கெளப்புக் கடச்சோறு. அதுவும் பெஞ்சு மேல ஒக்காந்து தொரைகளுக்கு ஒய்யாரத்துல சோறு”.

“என்னமோ சாமி, எச்சிக்கலப்பயக செஞ்சுட்டாங்க. நீங்கதான் பொறுத்துப் போகணும் சாமி” என்று சீனியுடன் மூவரும் காலைப் பிடித்துக் கிடந்தார்கள்.

“வெள்ளையும் சொள்ளையுமா போய்ட்டாப்ல நீங்க மேகலத்தாரா ஆகிருவிங்களோ, அதுதான் ஒங்க மூஞ்சியிலயே எழுதி ஒட்டியிருக்கே. ஜாதி கெட்ட பயகனு. எங்க கயத்தார் மாமா மெனக்கெட்டு ஆள அனுப்பி, எந்த ஊர்ப்பயகனு பாத்து தாக்கல் சொல்லிட்டுப் போறாரு.” (ப.24) சீனி சொல்கிறான் என்பதற்காக விடுகிறேன் என்று சொல்கிறார் காவக்கார முத்தையா பாண்டியன்.

கீழ்ச்சாதி என்கிற அமைப்பை வைத்து இவர் செய்யும் அனைத்து லீலைகளையும் பொறுக்க வேண்டியதாகிறது. சண்முகம் பகடையின் மனைவியை தன் பாலுணர்வு இச்சைக்குப் பயன்படுத்துவதும், அவன் எதிரிலேயே மனைவியை அபகரிப்பதும் மறுப்புச் சொல்லமுடியாமல் சண்முகம் பகடை வெளியேறிப் போவதும் காவக்காரரின் சாதிய வெறியின் உச்சத்தைக் காட்டுகிறது.

“போடா அந்தப் பாட்டில எடுத்துக்கிட்டுப் போய் சாராயம் வாங்கிட்டு வா. அப்படியே நீ ரெண்டு போட்டுக்கோ” என்று சொல்லிக் கொண்டே சண்முகத்தின் வீட்டு வாசலில் செருப்பைக் கழட்டிவிட்டு கையிலிருந்த காவக்கம்பை சுவரில் சாத்திவைத்துவிட்டு குடிசைக்குள் நுழைகிறார்.

“யாருக்குடா சாராயம்”

“காவக்கார முத்தையா பாண்டியனுக்கு”

“ரெண்டு நாளா கண்ணுமாரியோட புருசன் வந்தான். இன்னக்கி நிய் வந்திருக்க”.

“கருப்பி தெகட்டிட்டா......?”

“நம்ம செவனிக் கெழவியோட புருசன் கொமராண்டிக் கெழவன் வருவான்.”

கருப்பி மூலையில் உட்கார்ந்து அழுது கொண்டிருக்கிறாள். மகள் வெள்ளையம்மாள் இருட்டுக்குள் தீப்பெட்டியைத் தேடி விளக்கைப் பற்ற வைத்தாள். அவள் விடும் அனல் மூச்சில் தீக்குச்சி அணைந்து போனது. ‘அய்யா வேற ஊருக்குப் போவோம். இந்த மானங்கெட்ட பொழப்பு வேண்டாம்’ என்று சொல்லும் மகளிடம் “என்னம்மா செய்ய பள்ளக்குடி, பறக்குடி, சக்கிலியக்குடில அந்தச் சண்டாளங்களோட அருணாக்கயிறுபடாத பொம்பளையே இருக்க மாட்டா, காலம் அவுக காலமாப் போச்சு, அழிச்சாட்டம் பண்றாங்க” என்கிறான் சண்முகம்.

போன வருசம் செந்தூர்பாண்டி குருவம்மாளுடன் இருந்ததை அவள் தம்பி சுடலை கண்டித்ததற்கு நடுத்தெருவில் சனமெல்லாம் கூடி நிற்க அடித்தே கொன்றார்கள். உயிருக்குப் பயந்தே அவர்கள் செய்யும் அத்தனை துன்பங்களையும் தாங்கிக் கொண்டனர்.

தனக்குச் சேவகம் செய்யும் மூக்கனுக்குக் கருப்பியின் மகளைக் கட்டி வைத்து மூக்கனை வெளியே அனுப்பிவிட்டு, முத்தையா பாண்டியன் வெள்ளையம்மாளுடன் குடும்பம் நடத்தச் செல்கிறார். குடிசைக்குள் நுழைந்தவரின் பாதங்களைப் பற்றி மன்றாடுகிறாள் கருப்பி.

“சாமி நீங்க நல்லாருக்கணும். வேண்டாஞ்சாமி சாமி அது ஒங்களுக்குப் பொறந்த புள்ள சாமி. ஒங்க ரத்தத்தையே நீங்க

குடிக்கப் போறீங்களா சாமி? இத்தன வருசமா என்னையத் தின்னது காணலியா சாமி? சாமி இந்தாங்க சாமி எடுத்துக்கோங்க சாமி, அவள விட்ருங்க சாமி".

கதறிய கருப்பியை காலால் எட்டி உதைத்துக் குடிசைக்குள் நுழைகிறார். வெள்ளையம்மாளின் அலறல் சத்தம் சண்முகத்தின் சப்த நாடிகளையும் உசுப்பியது. குடிசையின் மீது டமார் என்று ஒரு அடி அடித்தான். படல் கதவைத் திறந்து லேசாய் எட்டிப் பார்த்த முத்தையா பாண்டியனை மறைந்து நின்று மண்டையிலடித்தான் சண்முகம். மகளைத் தூக்கி வெளியில் கொண்டு வந்ததும் பாண்டியனை உள்ளே போட்டு குடிசைக்குத் தீயை வைத்துவிட்டான். மானம் காக்க உடைமைகளை இழந்து வெளியேறினர்.

இவர்களுக்கென்று காடுகள் எதுவும் இல்லாமல் இருந்தது. ஒரு காலத்தில் காடுகரையெல்லாம் பிராமணர்களின் உடைமைகளாக இருந்தன. கல்வி, பொருளாதாரத்தில் மேம்பாடு அடைந்ததும் பிராமணர்கள் நகரத்திற்குப் புலம் பெயர ஆரம்பித்தனர். அவ்வாறு செல்லும்போது தங்களிடம் தொழில் செய்த மக்களுக்கு நிலங்களை குத்தகைக்கும் சிலர் விலைக்கு விற்றும் சிலர் தானமாகக் கொடுத்தும் சென்றனர்.

நடராஜ அய்யர் பள்ளக்குடி சனங்களின் குல தெய்வமாக விளங்குகிறார். ஊரை விட்டுப் போகும்போது எந்த எதிர்பார்ப்பும் இல்லாமல் அனைவருக்கும் தன் நிலங்களைக் கிரயப் பத்திரம் எழுதிக் கொடுத்து விட்டுச் செல்கிறார். சீனிக் கிழவன் சொன்னால் சரி என்கிற அளவுக்கு அய்யருக்கும் பள்ளக்குடிச் சீனிக் கிழவனுக்குமான உறவு இருந்தது குறிப்பிடத்தக்கது. அய்யரின் வீட்டைக் கோயிலாய் நினைத்துக் கும்பிடுகிறான் சீனி. தான் கும்பிட்டு வந்த கூகைச் சாமிதான் தங்களை வாழ வைத்திருக்கிறது என்கிறான்.

வேளாண் உற்பத்தியைப் பெருக்கி; தானியத் தவசங்கள் வீட்டிற்கு வரவும் ஒடுக்கப்பட்ட மக்கள் மகிழ்ச்சி வெள்ளத்தில் ஆழ்ந்தனர். எப்போ ஒருவனிடம் கைகட்டி நிற்கிறோமோ அப்பதான் பயம். உழைத்து உற்பத்தியைப் பெருக்கிய பிறகு எவனுக்கும் கைகட்டி நிற்க வேண்டியதில்லை. எங்கே தங்களுக்கு அடிமைகளாய் இல்லாமல் போய்விடுவார்களே என்கிற பயத்தில் செந்தூர்பாண்டி ஆட்கள் ஜமீனைத் தூண்டி விடுகிறார்கள்.

விளைந்த கதிர்களை ஜமீனின் ஆதரவோடு செந்தூர்பாண்டி ஆட்களைக் கூட்டிக் கொண்டுபோய் அறுக்கிறார். நடராஜ ஐய்யர் வந்து இப்பிரச்சினையைச் சரி செய்துவிட்டு நிலத்தை சீனி தலைமையில் அனைவரிடமும் கொடுத்துவிட்டுச் செல்கிறார்.

ஒடுக்கப்பட்ட இனங்கள்தான் துட்டி சொல்லிப் போக வேண்டும் என்ற முறையை மாற்றுகின்றனர். சீனியும் பறக்குடி கிட்ணனும் இச்செயலை எதிர்க்கிறார்கள்.

“இந்த ரெண்டு தேவிடியா மகன்களும் கூடிப் பேசிட்டு வந்து நிக்கான். தலமொற தலமொறயா இருந்த ஊர் வழக்கத்த எப்பிடில இன்னைக்னு மாத்த முடியும்? ஒழுங்கா ரெண்டு பயகளும் துட்டி வீட்டு வேல செய்யல, நல்ல தண்ணி எடுக்க கெணத்துக்கு வரக்கூடாது. சாமான் வாங்க கடைக்கு வரக்கூடாது. அதுக்கு மேல கீச் பூச்னா ரெண்டு தெருவையும் கொழுத்திச் சாம்பலாக்கிப்புடுவம்”.

“சாமி இன்னையிலிருந்து நல்ல தண்ணி எடுக்க கெணத்துக்கு வரல. யேவாரம் வாங்கவும் ஒங்க கடைக்கு வரல, வரட்டுமா சாமி?”

“அப்ப நானும் உத்தரவு வாங்கிக்கிறேன் சாமி” என்கிறான் கிட்ணன். கிட்ணச் சாம்பானை மிரட்டிப் பார்த்தார்கள். அவன் பிடிவாதமாய் மறுத்துவிட்டான்.

சண்முகம் பகடை முத்தையா பாண்டியனை வெறிகொண்டு தாக்கியது. முதல் முறையாகத் தங்கள் அடிமை வேலைகளைத் தகர்த்தெறிந்த சீனி, கிட்ணன் எல்லோருமே கூகையினை ஒத்தவர்களாகவே அமைகின்றனர். தன் வலிமையைக் காட்டாமல் மரப்பொந்துக்குள் பதுங்கும் கூகை உணவிற்காக வலிமையைக் காட்ட இவர்கள் மானம் காக்க வலிமையைக் காட்டுகின்றனர்.

அப்புசுப்பன் மகன் அய்யனார் கடையில் செந்தூர்பாண்டி, காசு கொடுக்காமலேயே பலநாட்கள் பழம், பீடி, வெத்தலை வாங்குகிறார்.

“சாமி பழத்த தொடாதீக, பாக்கியக் குடுத்திட்டு பழத்தத் தொடுங்க”.

“என்னடா பாக்கி, லட்சரூவாப் பாக்கி”.

“சாமி இன்னொராட்டப் பழத்த தொட்டா மரியாத கெட்டுப் போகும்” என்கிறான். அடங்கிப் போன வம்சா வழியில் வந்தவன்.

குட்டக் குட்டக் குனிந்த தந்தையைக் கண்டு நிமிரப் பழகிக் கொண்ட இளைய தலைமுறையைச் சேர்ந்தவன் அய்யனார். எதிர்பார்க்காத செந்தூர்பாண்டி கோபத்தில் அரிவாளால் பொருள்களைச் சேதப்படுத்த, அதைத் தடுக்கிறான் அய்யனார். அடி வாங்கிப் பழகியவன் எதிர்த்துத் தாக்கியதும் செந்தூர்பாண்டி நிலைகுலைந்து கீழே சாய்கிறார். தடுத்த பலகை மண்டையில்பட மண்டை பிளந்து ரத்தம் வழிந்தது. ஓடி வந்த அப்புசுப்பன் கீழே கிடந்த அரிவாளை எடுத்துத் தலையைத் துண்டிக்கிறான்.

தகப்பனும் மகனும் ஊரைவிட்டே ஓடினர். பள்ளக்குடி முழுவதும் போலீசாரால் கொள்ளையடிக்கப்பட்டது. அப்புச்சுப்பன் மனைவியைப் போலீசார் ஆடையில்லாமல் நிர்வாணமாய் நிற்க வைத்து விசாரிக்க, நான்தாண்டா அவபுருசன் என்று நாட்டு வெடிகுண்டைப் போடுகிறான் அப்புச்சுப்பன். அரிவாளுடன் அய்யனாரும் நிற்கிறான். தப்பித்து ஓடுகிறார்கள் போலீசார்.

தன் மனைவியை நிர்வாணமாக்கிய ஏட்டை அப்புச்சுப்பன் பிடித்துக் கொண்டான். இப்போது வெடிகுண்டு போலிசிடம், அரிவாள் அப்புச்சுப்பனிடம் இருந்தது. வெடிகுண்டை வீசுவதாய் போலீஸ் மிரட்ட, பயப்படாமல் நெருங்கிய அப்புச்சுப்பனைக் கண்டு பின் வாங்கினார் ஏட்டு. பின்னே நகர்ந்து நகர்ந்து அவர் வாசல் அருகே வந்ததும் கதவைத் திறந்து கொண்டு போலீசை வெட்டுகிறான் அய்யனார்.

அவன் தன் தாய் நிர்வாணமாய் இருப்பதைப் பார்த்ததும் சேலையால் சுற்றி அணைத்துக் கொண்டான். தாயோ மகனின் தோளில் சாய்ந்து கண்ணீர் வடிக்கிறாள். இந்த வேதனையின் உக்கிரம்தான் அய்யனார் போலீஸை வெட்டுகிறான்.

கதையின் அடுத்தகட்ட நிகழ்வு பேச்சி என்கிற பாத்திரத்தை மையமிட்டு நகர்கிறது. துணிச்சலான பெண்மணி பேச்சி. காட்டில் மறைந்து இருந்த அப்பச்சுப்பனுக்கு அடைக்கலம் தருகிறாள். காளித்தேவருக்கு இரண்டாந்தாரமாய் வாக்கப்பட்டு கொலை செய்ததால் காளித்தேவர் தூக்கிலிடப்பட்ட கதையைச் சொல்கிறாள்.

கணவன் இல்லாமல் கைக்குழந்தையுடன் போலீசாராலும் மற்ற ஆண்களாலும் பாலியல் தொந்தரவு இருந்தாலும் யாருக்கும் இடம் தராமல் வலிய கோட்டானைப் போல தன்னைத் தற்காத்துக் கொண்ட பத்தினிப் பெண். அப்புச்சுப்பன், அய்யனார் இருவருக்கும் இணைப்புப் பாலமாய்ச் செயல்படுகிறாள். கிராமத்தாரைக் கூட்டி

ஊர்வரிப் போட்டு இருவருக்கும் தெரியாமலேயே அத்தனை வேலைகளையும் செய்து ஜாமீனில் எடுக்கிறாள்.

தங்களை அடிமைப்படுத்திய சாதிய வெறியர்களிடத்தில் காளித்தேவர் பேச்சிக்கு உத்தமராய்த் தெரிகிறார். இரண்டு சாதிகளையும் இணைத்துத் திருமண உறவுமுறை போன்ற முற்போக்கான செயலைச் செய்து காட்டுகிறாள் பேச்சி. அவளின் செயலும், பேச்சும் கிராமத்துப் பெண்களின் கற்பின் சின்னத்தை வெளிப்படுத்துவதாக அமைகின்றன.

ஒரு படைப்பாளி உலகிற்கு எதை எடுத்துரைக்க நினைக்கிறானோ அதை வாய்ப்பாய் வரும் இடங்களிலெல்லாம் சுட்டிச் செல்லத் தவறுவதில்லை. சோ.தர்மனும் தன் படைப்புகள் மூலம் எதை நிர்மூலமாக்க நினைத்தாரோ அதைப் பேச்சியின் மூலம் வெளிப்படுத்துகிறார்.

“பட்டிக்காட்ல நாங்க இருந்தப்போ எங்க கையில் மம்பட்டியும் களைவெட்டியும் கோடாலியும் பன்னருவாளும் கடவாப் பெட்டியும் இருந்துச்சு. ஒங்க கையில காடு, தோட்டம், வயக்காடு அம்புட்டும் இருந்துச்சு. நாங்க ஒழச்சி ஓடாப் போனதுதான் மிச்சம். டவுனுக்குப் போயிப் பொழச்சுக்கிறலாம்னு ஊரவிட்டு வெளியேறிப் போனா எங்க கையில சாந்துச் சட்டியும் தார்ச்சட்டியும் ஜல்லி ஒடைக்க சுத்தியலும் மம்மட்டியும் மூட தூக்குற கொக்கியும் கெடச்சது, ஒங்க கையில தீப்பெட்டிக் கம்பெனி, ஜின்னிங் பாக்டரி, காண்ட்ராக்டு, மெடிக்கல் ஆஸ்பத்திரி, பைனான்ஸ், கல்குவாரி, மணல்குவாரி, ஆட்டுச்சந்தை, மாட்டுச்சந்தை, பஸ் ஸ்டாண்டு எல்லாம் இருந்துச்சு.

அதை எல்லாத்தையும் விட்டுட்டு சீரழிஞ்சது போதும்னு தெகச்சு நிக்கும் போது, ஒவ்வொருத்தன் கிட்டயும் ஒரு கையில கட்சிக் கொடியவும் இன்னொரு கையில பிராந்திப் பாட்லயும் திணிச்சிட்டீக. இனிமே அதிகாரமே ஒங்க கையில, நாங்க கூகையைப் போல மறைந்து, பயந்து, ஒளிஞ்சு, பதுங்கி..... அடக் கடவுளே ஒனக்குக் கண்ணு இல்லயா? இந்த வேகாரிப் பயலுகளுக்கு நல்ல புத்தி குடுக்க மாட்டியா? காலம் பூராவும் இப்படியா சீரழியணும்”.

வாழ்க கோசம் போட்டுக் கொடிப்பிடித்துச் செல்லும் இளைஞர்களை நினைத்து இவ்வாறு முனகிய படி பேச்சி கண்ணீர் வடித்தாள். சிறுவர்கள் கூகையைக் கொன்று இருகால்களிலும் கயிறைக்கட்டி புழுதியில் இழுத்துக்கொண்டு போகிறார்கள்.

காலம் மாறியிருக்கிறதே தவிர கூகையின் நிலைமை மாறவில்லை. நாவலில் கற்பனை இல்லை. உதிர்ந்து கிடந்த உண்மைச் சம்பவங்களைக் கோர்த்துக் கரிசல் மண்ணின் மணத்துடன் கூகையைத் தந்திருக்கிறார். கூகை அவருக்குத் தமிழ்நாடு அரசின் சிறந்த நூலுக்கான பரிசை அளித்திருக்கிறது.

சூல் (2016) (சாகித்ய அகாதெமி விருது –2019)

கரிசல் காட்டின் வாழ்வை உயிர்ப்புத் தன்மையுடன் மொழியில் படைத்து வெற்றிகண்டு வருபவர் சோ.தர்மன். ஒரு படைப்பாளி தன்னைப் பாதித்த விஷயங்களையே படைப்புகளில் பதிவு செய்கிறார். அந்தவகையில் தன்னைப் பாதித்த கரிசல் வட்டார வாழ்வியலையும் சுற்றுச் சூழலையும் சூல் நாவலில் வெளிப்படுத்தி படைப்புலகில் வெற்றி பெற்றவர் தர்மன். கரிசல் வட்டார மொழியினை உயிர்ப்புத் தன்மையுடன் அடுத்த தளத்திற்கு நகர்த்திச் சென்றவர்.

2016ஆம் ஆண்டில் வெளிவந்த சூல் நாவல் ஆனந்த விகடன் விருது, சுஜாதா விருது, சாகித்ய அகாதெமி விருது, தமிழ்நாடு அரசு விருது எனப் பல விருதுகளைப் பெற்றுள்ளது. நிறைசூலியாய்க் காட்சி தரும் உருளைக்குடி கண்மாய் கோடையில் மராமத்துப் பார்க்கும் பணியிலிருந்து கதை துவங்குகிறது. கட்டப்பொம்மன் காலம் தொடங்கி சுதந்திரம் அடையும் வரையிலான இருநூறு ஆண்டு காலத்தை உள்ளடக்கியதாகக் கதை அமைகிறது.

விவசாயக் குடிகளின் வாழ்வியலையும் அவர்கள் வாழ்க்கை முறையில் கடைப்பிடித்த நெறிமுறைகளையும் பாவங்களுக்கும் குற்றங்களுக்கும் அஞ்சி வாழ்ந்தமையையும் படக்காட்சிகளாய் எழுத்துக்களில் கொண்டு வந்து வாசகர் கண்முன் வைக்கிறார் தர்மன். இந்நாவலில் இடம் பெற்றுள்ள குற்றத்திற்கான தண்டனை, பாவங்களுக்கான பரிகாரங்கள் பற்றி வரலாற்றுப் பின்புலத்தோடு பதிவு செய்திருக்கிறார்.

நிறை சூலியாய் நிற்கும் சூல் கருக்கொண்டது பற்றி...

எண்ணற்ற விருதுகளை ஏந்தி நிற்கிறது சூல் புதினம். பாராட்டு மழையை ஏந்திப் பிடித்து தன் எழுத்துக்களால் மிளிர்ந்து நிற்கும் உருளைக்குடிக்காரர், நிறை சூலியாய் நிற்கும் சூல் கருக்கொண்டது பற்றிக் கூறுகையில்,

ரஷ்யாவில் புரட்சி ஆரம்பமாகி, கூட்டுப் பண்ணை உருவாகிய சமயத்தில் ஒரு சம்பவம் நிகழ்கிறது. கூட்டுப் பண்ணைக்கு விதைகள் அனுப்பப்பட்டன. மேலிருந்து கூட்டுப் பண்ணைக்கு ஒரு உத்தரவு வருகிறது. எல்லா வேலைகளையும் குறிப்பிட்ட காலத்திற்குள் முடிக்க வேண்டும். இங்கே விவசாயம் பார்க்கிறவர்களை சம்சாரி என்று அழைக்கிறோம். சோவியத்தில் "மொழிக்" என்று பெயர். மழை இந்த நாளில் ஆரம்பிக்குமென்று விஞ்ஞானிகள் கணித்துக் கொடுத்திருக்கிறார்கள். விதையை நான்கு அங்குலத்துக்கு ஊன்ற வேண்டும். இதை மீறுபவர்கள் சோவியத் யூனியன் சட்டப்படி தண்டனைக்கு உள்ளாக்கப்படுவார்கள் என்று கூட்டுப் பண்ணை விவசாயிகளுக்கு மேலிருந்து ஆணை ஒன்று வருகிறது. உத்தரவின்படி எல்லா வேலையும் முடிகிறது.

கிளாடர் விமானத்தில் கூட்டுப்பண்ணையைச் சுற்றிச் சுற்றிப்பார்க்கும்போது ஒரு பயிர்கூட முளைக்கவில்லை. அந்த நிலம் முழுவதும் வெட்ட வெளியாகக் கிடக்கிறது.

ஆனால், ஒரு விவசாயிக்கு ஒதுக்கப்பட்ட நிலம் மட்டும் பச்சைப்பசேலென வளர்ந்திருக்கிறது. கிளாடர் விமானம் நேராக அந்த விவசாயி நிலத்தை நோக்கி இறங்குகிறது. அங்கு இறங்கியதும் 'மொழிக்' கைக் கூட்டிவர ஆணை பிறப்பிக்கிறார். மொழிக் வந்து நிற்கிறார். 'உங்கள் நிலத்தில் ஊன்றப்பட்டது மட்டும் வளர்ந்திருக்கிறதே எப்படி?' எனக் கேட்கிறார். "ஐயா தாங்கள் கொடுத்த அறிவிப்பு எனக்கும் வந்தது. எல்லாம் சரிதான் ஐயா. மழை அறிவிப்புக் கொடுத்து இருந்தீர்களே அதில் மட்டும் எனக்குச் சிறிது சந்தேகம் இருந்தது.

நான் பரம்பரை விவசாயி. எங்கள் பாட்டன் காலத்திலிருந்து நாங்கள் சம்சாரி வேலை பார்ப்பவர்கள். இயற்கையின் அறிகுறிகள் வைத்து மழை தொடங்குவதைக் கணிப்போம். உங்கள் அறிவிப்பின்படி, அந்த நாளில் மழை தொடங்குவதற்கான வாய்ப்பேயில்லை. ஒரு பத்து நாள் தாமதமாகவே மழைபெய்யும் என்பதை முன்கூட்டியே கணித்து இருந்தேன். அந்த நம்பிக்கையில், விதை போட நான் ஏழு அங்குலம் ஆழம் வைத்தேன். காரணம் அதில் ஈரப்பதம் வேண்டும். மேலும் ஈரப்பதம் இருந்தால் வளர்வதற்குச் சரியாக இருக்கும் என மூன்று அங்குலம் கூடுதலாகவே வைத்தேன்.

என்னுடைய கணிப்புப்படி மழை பத்து நாட்கள் பிந்தியது. அதனால் எனது நிலத்தில் முளைத்தது. மற்றவர் நிலத்தில் முளைக்கவில்லை" என்று மொழிக் பதிலுரைக்கிறார்.

“இது சோவியத் யூனியன் விவசாயிகளுக்கு மட்டும் கிடையாது. இது போன்று வாழ்வின் அனுபவங்கள், விவசாய நுணுக்கங்கள் கொண்டவர்களை அரசாங்கம் பயன்படுத்தியதே கிடையாது. இந்த நுண்ணறிவை விவசாயிகளுக்குக் காட்டவேண்டும் என்பதற்காகவே சூல் நாவல் எழுத ஆரம்பித்தேன். விவசாய நிலம் தரிசு நிலமாகக் காரணம், நகரக்குடியேற்றம் நிகழக் காரணம், கண்மாயில் நீர்நிலைகள் அழிந்து போகக் காரணம், பிரிட்டிஷ் காலத்தில் விவசாயம் எப்படி இருந்தது, ஜமீன்தார்கள் காலத்தில் எவ்வாறு இருந்தது, ராஜாக்கள் காலத்தில் எப்படி இருந்தது, இப்போது நீர்நிலைகள் அழிந்து வரக்காரணம் என்ன? இப்படி விவசாயம் சம்பந்தமான எல்லாவற்றையும் பேசும்படியாகத்தான் சூல் நாவலை எழுதினேன்.

சூல் நாவலை எழுதுவதற்கு பத்து ஆண்டுகள் எடுத்துள்ளேன். 2005லிருந்து 2015 வரையிலான எனது ஆய்வுகள்தான் இந்த நூல். இதற்காகப் பல்வேறு ஊர்கள், பல்வேறு அரண்மனைகள், ஜமீன் இடங்கள் என எல்லா இடங்களுக்கும் சென்று 90 வயது பாட்டிமார்களிடம் கேட்டு, அதன் மூலமாய் இந்த நாவலை எழுதினேன்” என்று புதினம் கருக்கொண்ட தன்மையைக் கூறுகின்றார். தான் மேற்கொண்ட ஆய்வுகள் மட்டும் இப்படைப்பு உருவாகக் காரணம் என்று சொல்லிவிட முடியாது.

“எழுத்தாளன் என்பவன் வெறுமனே கதைகள் எழுதுபவன் மட்டுமல்ல. மேலை நாடுகளில் படைப்பாளர்களை சமூக விஞ்ஞானிகள்” என்றே குறிப்பிடுகிறார்கள். ஆக, ஒரு படைப்பாளி மனிதர்களின் மீதும், இயற்கையின் மீதும், ஐம்பூதங்களான நீர், நெருப்பு, காற்று, பூமி, ஆகாயம் இவற்றையெல்லாம் நேசிக்காமல் அவனால் உன்னதப் படைப்பைக் கொடுக்க முடியாது. அந்த வகையில் நீரை ஆதாரமாகக் கொண்ட ஒரு பரம்பரை விவசாயக் குடும்பத்தைச் சேர்ந்தவன் என்ற முறையில் கண்மாய், ஊருணி, நீர் நிலைகள் என் படைப்புக்களில் நிறைய இடம் பெறுகின்றன என்கிறார்.

குற்றமும் பாவமும்

சமூகம் விதித்திருக்கும் கட்டுப்பாடுகளையோ நிர்வாகம் விதித்திருக்கும் சட்ட திட்டங்களையோ மீறி நடப்பது குற்றம் எனப்படுகிறது. குற்றத்திற்கான வரையறை காலம், சமுதாயம்,

இடம், தேசியம் சார்ந்து வெவ்வேறாக அமையலாம். குற்றத்தைச் செய்பவர்கள் சட்டத்தை மீறியவர்களாகக் கருதப்படுகின்றனர். இக்குற்றங்கள், தனி நபருக்கு எதிராக அமைதல், வன்முறை தொடர்பானவை, பாலியல் வன்முறை, சொத்து தொடர்பானவை எனப் பல வகையாக அமைகின்றன. இக்குற்றங்களுக்கான தண்டனைகள் மதத்திற்கு மதம் நாட்டிற்கு நாடு வேறுபாடுடையன.

மனிதன் சேர்ந்து வாழப் பழகிய ஒரு உயிரினம். கூடி வாழ்வதே அவனுடைய குணமாக அமைகின்றது. கூடி வாழும் சமூக அமைப்பில் மனிதனுக்குப் பொறுப்புணர்வு அவசியமாகின்றது. பொறுப்புணர்ச்சியுடன் அவன் விதைக்கும் நல்ல பண்புகளே நல்ல சிந்தனையுள்ள சமூகத்தை உருவாக்கும். சமூகப் பொறுப்பாகிய நேயம் குறைந்து கட்டுப்பாட்டினை இழந்து குற்றம் புரிபவர்களும் உண்டு. அந்நிலையில் மனிதப் பண்பின் அடித்தளமாய் விளங்கும் அறப்பண்பினைப் போதித்தல் அவசியமாகின்றது.

குற்றம் புரிபவர்களைத் திருத்துகிற வகையில் தண்டனைகள் கொடுப்பதும் உண்டு. குற்றம் புரிந்தோர்க்குச் சமூகம் அல்லது அரசு அல்லது நிர்வாகம் தண்டனையைத் தருகின்றன. இருநூறு வருடங்களின் சமூக நிலையை உள்ளடக்கி எழுதப்பட்ட சூல் நாவலில் மேற்சுட்டிய குற்றங்களும் தண்டனைகளும் மனிதனை மெருகேற்றும் வகையில் அமைந்துள்ளன.

தண்டனை என்பது ஒருவன் மேலும் குற்றம் புரியாதிருப்பதற்கான வழிமுறையாக இருக்க வேண்டுமே ஒழிய, அவனை மேலும் தவறுக்குத் தூண்டுவதாக அமைந்துவிடக்கூடாது. சூல் நாவலில் காட்டப்படும் தண்டனைகள்கூட ஒரு வகையில் நன்மை பயப்பனவாகத் தண்டனைக்குரியவன் மனம் வருந்தும் வகையில் அமைகின்றன.

நங்கிரியான் என்பவன் எட்டயபுரம் அரண்மனையில் பசுக்களைப் பாதுகாக்கும் வேலையைப் பார்ப்பவன். அவன் ஒரு நாள் பசுவைக் கொன்று தின்றுவிடுகிறான். மது போதையில் தான் செய்த தவறை உளறிவிடுகிறான். அரண்மனை ஒற்றர் வழியாக மந்திரிக்கும் எட்டையபுரம் ஜமீனுக்கும் செய்தி போகிறது. வாயில்லா ஜீவனைக் கொன்ற கொலையாளிக்குத் தண்டனை கொடுத்தே ஆக வேண்டும் என்ற உறுதியோடு அவனை இழுத்து வரச்சொல்கிறார்.

புறங்கை கட்டப்பட்ட நிலையில் நங்கிரியான் இழுத்து வரப்படுகிறான். இவனுக்கு என்ன தண்டனை கொடுக்கலாம் என்கிறார் மன்னர்.

'குற்றம் செய்தவர்களை மட்டும்தான் நம்மால் தண்டிக்க முடியும் அரசே' என்று கூறுகிறார் மந்திரி. "பசுக்களைப் பாதுகாக்க வேண்டியவனே அவைகளைக் கொலை செய்தது, வதைத்தது சாப்பிட்டது குற்றமில்லையா?" (ப.178) "குற்றமில்லை மன்னா" என்ற மந்திரியாரின் கூற்றைக் கேட்ட மன்னன் வெகுண்டெழுகிறான். கோபமும் ஆத்திரமும் நிதானமிழக்கச் செய்யுமென அறிவுரை சொல்கிறார் மந்திரியார். 'அந்த நீசப்பயல் செய்தது பாவமில்லையா' என்கிறார் மன்னர்.

"பாவம் மன்னா, பெரும்பாவம், கொடும்பாவம் என்ற மந்திரியிடம் 'அப்புறமென்ன தண்டனை கொடுப்பதில் தயக்கம்' என்று கேட்ட மன்னனுக்கு குற்றம், பாவம் பற்றி விளக்கிக் கூறுகிறார். நம்மால் குற்றம் செய்தவர்களை மட்டும்தான் தண்டிக்க முடியுமே தவிர, பாவம் செய்தவர்களைத் தண்டிக்க நமக்கு அதிகாரம் இல்லை" (ப.178) என்கிறார். குற்றம் வேறு, பாவம் வேறு, மனிதர்கள் இயற்றிய சட்ட ஒழுங்கு விதிகளை மீறி நடத்தல் குற்றம். தெய்வங்களாலும் மத நம்பிக்கைகளாலும், ஞானிகளாலும், ஆச்சார ரிஷிகளாலும் போதிக்கப்பட்ட நெறிமுறைகளை மீறுவது பாவமாகும். அதனால் பாவம் செய்தோரைத் தெய்வங்கள்தான் தண்டிக்க வேண்டும் என்கிறார் மந்திரியார்.

"தண்டனைதானே அதை யார் கொடுத்தால் என்ன?" என்று மன்னன் வினவிய போது, இரண்டுக்குமே வித்தியாசம் உண்டு என்கிறார். நாம் கொடுக்கும் தண்டனை குற்றவாளியின் உடலை வருத்தும், உயிரைப் பறிக்கும். குற்றம் செய்தவனுடன் அது முடிந்துபோகும். ஆனால், பாவம் என்பது அப்படியல்ல. அது தெய்வங்கள் கொடுக்கும் தண்டனை. உடலை வருத்தாமல், உயிரை எடுக்காமல் பாவம் செய்தவனுடைய பரம்பரை வம்சத்தையே பாதிக்கும். பொதுவாகப் பார்க்கக் கூடியவர்களுக்கு அது தண்டனை என்று தெரியாது. மக்கள் அவனைப் பார்த்து இரக்கப்படுவார்கள். அவனுடைய சந்ததி கொஞ்சம் கொஞ்சமாய் அழியும் என்கிறார் மந்திரியார். மந்திரியின் நிதானமான பேச்சு மன்னரை மௌனத்தில் ஆழ்த்துகிறது.

மீண்டும் மந்திரியார் பேச்சைத் தொடர்கிறார். அவனைத் தண்டித்துப் பாவத்தைப் பகிரங்கப்படுத்திய குற்றம் வேண்டாம். பாவத்தைத் தெய்வங்கள் ஏதாவது ஒரு ரூபத்தில் பகிரங்கப்படுத்தும். அதை நாம் செய்ய வேண்டாம் என்கிறார். நங்கிரியான் தண்டனை எதுவுமின்றி வெளியில் வருகிறான். அரண்மனையில் அவனுக்கு

வேலை இல்லை. வேலை போனதை வைத்து ஊர் மக்கள் பலவாறு அவனைத் திருட்டுப்பட்டம் கட்டிப் பேசுகின்றனர். வேலை போனதற்குக் காரணம் இதுதான் என்று சொல்ல முடியாது மனதிற்குள் புழுங்குகிறான். அரண்மனைக்குப் போகும்பாதை வழியாகக்கூட அவன் நடப்பதில்லை. இந்த மனப்புழுக்கம் அவனுக்குக் கொடிய தண்டனையாய் அமைகிறது.

பிறரின் குற்றத்தைத் துருவித் துருவி விசாரித்து விளம்பரப்படுத்த வேண்டாம் என மதங்களும் சொல்கின்றன. சில நாடுகளில் சட்டம் குற்றவாளிகளைத் திருத்தாமல் உலகத்திலிருந்தே அகற்றிவிடுகிறது. தண்டனைகள் கடுமையானால் குற்றங்கள் குறைந்துவிடுமா? என்ற கேள்வியை இவ்விடத்தில் முன் வைக்கிறார் ஆசிரியர் சோ.தர்மன்.

அதே நேரத்தில் மன்னர் ஆட்சியில் இருந்த அதிகாரமும் தண்டனைகளும் மனிதனைச் சரிப்படுத்தும் வகையில் அமைந்த நிலையையும் அவர் சுட்டத் தவறவில்லை. கால மாற்றத்தில் மக்களாட்சியில் மனிதன் தண்டனை பற்றித் தெரிந்தே குற்றங்களைச் செய்யத் துணிந்தவனாக இருக்கிறான்.

வற்புறுத்தி பெண்ணையோ ஆணையோ கட்டிக் கொடுப்பதும், பெண்ணின் கற்பைச் சீரழிப்பதும் பாவமாகக் கிராமத்து மக்கள் எண்ணினர். நங்கிரியான் மகள் மாதாயி, “ஒரு சாண் மஞ்சக் கயித்த மட்டும் கெட்டச் சொல்லுங்க. நான் எங்க அப்பங் கூடயே இருந்துட்டுப் போறேன். வயித்துல இருக்கிற புள்ளைக்கு இன்னார்தான் அப்பன்ங்கிறதுக்கு ஒரு அடையாளம் மட்டும் இருந்தா போதும் சாமி” என்று ஊர்ப் பஞ்சாயத்தாரிடம் முறையிடுகிறாள். இவளை ஏமாற்றிய கருப்பன் இல்லை என்று அமைதி காக்கிறான். “நீ சொல்றதெல்லாம் சரிதான் புள்ள. அந்தப் பய முடியாதுன்னு சொல்லும் போது ஊரு என்ன செய்ய முடியும். வற்புறுத்தி வம்படியா தாலியக் கட்ட வச்சா அது பாவமில்லையா?” *(ப.158)* என்று பஞ்சாயத்தில் ஊர்க்குடும்பன் சொல்கிறார்.

அப்படிச் சொன்னாலும் மறு நிமிடமே கருப்பனைப் பார்த்துப் பேசுகிறார். “இங்க கேளுடா கருப்பா, சாட்சி இல்லேங்கிறதுக்காக செஞ்ச தப்பு இல்லேன்னு போயிராது. ஒரு பொண்ணடி மானம் மரியாதைய விட்டு இப்படிப் பொதுசபையில திட்டாந்திரமா பொய் சொல்ல மாட்டா. எந்தப் பொம்பளையும் ஒரு பயலுக்கு முந்தி விரிச்சிட்டு இன்னொரு பயலுக்கு முந்தி விரிச்சம்னு பொய்

சொல்ல மாட்டா. அதனால தப்பிச்சிரலாம்னு நெனச்சு பொய் சொல்லாத. பொண் பாவம் சும்மா விடாது.

நிய்யி தப்பிச்சாலும் ஒம் வம்சத்த கருவறுக்கும். நிய் வேற கல்யாணம் முடிச்சு குடும்பம் நடத்தினாலும் ஒங் குடும்பமும் வெளங்காது. நல்லா மனசுல வச்சுக்கோ'' என்கிறார். ஊர்ப் பெண்களெல்லாம் கருப்பனைச் சபிக்கிறார்கள். இன்றைக்குத் தப்பித்து விடலாம். ஆனால் ஒரு பெண் மனது என்ன பாடுபடுதோ அதே வேதனை உனக்கும் உன் குடும்பத்துக்கும் உன் சந்ததிக்கும் கெடச்சே தீரும் என்கிறார்கள்.

பறவைகளைக் கொல்வதும் பாவமாகக் கருதப்பட்டது. உருளைக்குடி கிராமத்தில் காயப்போடும் தானியங்களுக்குக் காவல் இருக்கக்கூடாது என்று ஊர்க்கட்டுப்பாடு விதிக்கப்பட்டிருந்தது. தானியத்தைத் தின்ற காக்கையை எறிந்து கொன்றுவிடுகிறான் சொத்தியன். காக்கையை எறிந்த அவனை வென்னிமலை என்பவள் 'அட சண்டாளா, உசுர்ப்பலி ஏத்துட்டயே, பாவமில்லையா?' என்கிறாள். 'காக்கா தின்னு களம் வத்திப் போகுமா?' என்று அவனைத் திட்டுகிறாள். சொத்தியனின் இச்செயலுக்குப் பிறகே இதுபோல் ஊர் கூடி முடிவெடுத்தனர்.

இப்படியெல்லாம் கருணை உணர்வுடன் வாழ்ந்த நம் மக்களின் வரலாற்றை ஆசிரியர் சித்தரித்திருப்பது கருணை வற்றிய இக்காலத்திற்கு ஏற்புடைய சிந்தனையாய் அமைந்திருப்பது குறிப்பிடத்தக்கது. முன்னோர் போட்டு வைத்த வாழ்க்கைப் பாதையை மாற்றியமைத்து கண்முன்னே இன்றைக்கு அழித்துக் கொண்டிருக்கிறோம்.

பாவம் என்பது வெளியில் தெரியாமல் நடக்கும். கண்ணுக்குத் தெரியாவிட்டாலும் ஆண்டவன் கண் பார்வையிலிருந்து தப்ப முடியாது என்பதையே பெரும்பாலான பாத்திரங்கள் பேசுகின்றன. ஊரார்க்குத் தெரியாமல் இரவில் 'சித்தாண்டி' என்பவன் கண்மாய்க் கரையை உடைத்துவிடுகிறான்.

அவன் மனைவி அதைத் தெரிந்து கொள்கிறாள். "கொலகாரனக்கூட ஏத்துக்கிறலாம். இது நூறு கொலைக்குச் சமம்'' என்கிறாள். கண்மாயில் தண்ணீர் வெளியேறிவிட்டால் அந்த வருடம் வெள்ளாமை கெட்டுப்போகும். ஆடு, மாடுகள் மனித உயிர்கள் என்று அனைத்துமே பட்டினிதான்.

இதை அறிந்த 'மயிலு' ஊமையே கொலை செய்துவிட்டதாகக் கருதி அவனுடன் பேசாமல் இருக்கிறாள். பாவத்தின் தொடர்ச்சியாக அவனுக்குப் பிறந்த இரட்டைக் குழந்தைகளும் ஊமைகளாய் பிறக்கின்றன. இதற்குக் கணவன் செய்த பாவம்தான் காரணம் என்று நினைக்கிறாள்.

பயனாரெட்டியார் தன் தோட்டத்தில் மேய்ந்த ஆட்டுக்குட்டியைச் சுட்டுக்கொல்கிறார். அச்செயலுக்குப் பிறகு இராணுவத்திற்குச் சென்றுவிடுகிறார். இராணுவத்தில் நடந்த சண்டையில் சுட்டுக்கொல்லப்படுகிறார். "நீ எப்படி ஆட்டுக்குட்டிய தலையில் சுட்டு மூளைய செதறிடிச்சியோ அதே மாதிரி ஒந்தலையில் ஒருத்தன் சுட்டு ஓம் மூளைய செதறடிச்சிட்டான்ல" என்று ஊரார் பேசுகின்றனர். "பாவம் பிடிக்கும்" என்று இன்றளவும் நடைமுறை வழக்கில் பேசிக்கொண்டுதான் இருக்கிறோம்.

உருளைக்குடி கிராமத்து மக்கள் சத்தியத்துக்குக் கட்டுப்பட்டவர்களாகவும், சத்தியம் தவறாத ஊர்க்குடும்பனின் பேச்சை மதித்து நடப்பவர்களாகவும் இருக்கின்றனர். ஊர்க்குடும்பனின் தீர்ப்பைக் கண்டு எட்டயபுரம் மகாராசாவே வியந்துபோகிறார். வெத்தலை பயிரிடும் முறையைத் தெரிந்து கொள்ள மகாலிங்கம் பிள்ளை திருச்செந்தூர் பெரிய நாடார் தோட்டத்துக்குச் சென்று மறைமுகமாய் அவரிடம் தெரிந்து கொண்டு வருகிறார். பொய்சொல்லி அவரிடம் வெத்தலை பயிரிடும் தொழிலைக் கற்றுவந்த மன உறுத்தலோடு வருகிறார். பொய்சொன்ன பாவம் இறந்து காவல் தெய்வமாகிப் போகிறார்.

மடைக்குடும்பன் கருப்பன், மடைவாயில் அடைத்திருக்க ஊரார் தவறாகப் பேசுவதை நிரூபிக்க மடைக்குள் மூழ்கி ஆவராங்குழைக்கட்டைப் பிடித்து இறந்த நிலையில் மிதந்து ஊர்க்காவல் சாமியாகிப் போனது. இது போன்று பெரும்பாலான பாத்திரங்கள் குற்றங்களுக்கும் பாவங்களுக்கும் அஞ்சி வாழ்ந்த சூழலை ஆசிரியர் விளக்கிக் காட்டியிருக்கிறார்.

இப்படி அறநெறியுடன் வாழ்ந்தவர்களே காவல்தெய்வங்களான வரலாற்றை ஆசிரியர் சுட்டிக்காட்டுகிறார். அநியாயமாய் உயிரைக் கொலை செய்தல், பெண்ணை ஏமாற்றுதல், உயிர்களைப் பட்டினி போடும் செயலுக்குக் காரணமாதல் ஆகியன பாவமாகக் கருதப்பட்டன. குற்றத்தால் விளைவதுதான் பாவம் என்றாலும்

குற்றம் வேறாகவும் பாவம் வேறாகவும் சமூக மக்களிடையே பார்க்கப்படும் எதார்த்த நிலையை நாவல் சுட்டிக்காட்டுகிறது.

தண்டனையும் பரிகாரமும்

விதிமுறைகளை மீறி குற்றம் புரிந்தவர்களுக்குக் குற்றத்தைப் பொறுத்துத் தண்டனை வழங்கப்படுகிறது. ஊர்க்கட்டுப்பாட்டை மீறியவர்களுக்கு திருத்தும் வகையிலும் அதே நேரத்தில் தண்டனையின் மூலம் ஊருக்குப் பயன்கிட்டும் வகையிலும் தண்டனை வழங்கப்படுகிறது.

ஆடு, மாடுகள் மேய்ப்பவர்கள் பயிர்களில் மேயவிட்டுவிட்டால் ஆடு மாடுகள் பிடித்து வரப்பட்டு அவற்றை ஊர் பவுண்டில் கொண்டுபோய்க் கட்டி விடுவார்கள். மேய்ப்பவனின் கவனக் குறைவே குற்றத்திற்குக் காரணம். அவற்றிற்கு உரிமை உடையவர்கள் ஊர்க்குத் தண்டத்தொகை கட்டிவிட்டு ஆடு மாடுகளைத் திருப்பிக் கொண்டுவருவர். அந்த வாயில்லா ஜீவன்களைப் பட்டினி போடாமல் ஊரில் ஒரு ஆளை நியமனம் செய்து பராமரிப்பர். ஆடு மாடுகளை அடைத்து வைக்கும் 'பட்டி'யை பவுண்டு என்று சொல்லுவர்.

"வெள்ளாமையில் ஆடு மாடுக மேய்றது சகஜம்டா. அதுக்காக சுட்டா எப்பிடி?. பவுண்டுல போயி அடைச்சு வையி. அபராதம் கட்டி திருப்பிட்டு வரட்டும். இல்ல ஊர்ல சொல்லு. அவனக் கூப்பிட்டு அபராதம் வாங்குவோம். அத விட்டுட்டு நம்மளே குடுத்தா எப்பிடி?" என்று இரண்டு ஊர்ப் பெரியவர்களும் பயனா ரெட்டியைத் திட்டுகின்றனர். ஆடு மாடுகள் மீது அம்மக்கள் கொண்டிருந்த இரக்க உணர்வினை வெளிப்படுத்துகிறது.

மண்ணுதின்னியும் அவன் தந்தையும் ஊரில் எந்தச் சாவுக்கும் போகமாட்டார்கள். எந்த நேரமும் வயக்காட்டில் வேலை செய்து கொண்டே இருப்பார்கள். மண்ணு தின்னி தந்தை இறந்துவிடுகிறார். பிணத்தைத் தூக்கி வந்த ஊர் இளவட்டங்கள் பாதி வழியில் இறக்கி வைத்துவிடுகின்றனர். பிணத்தை இப்படிப் பாதிவழியில் வைக்கக் கூடாது என்று சொல்லியும் இளவட்டங்கள் பிடிவாதமாய் மண்ணுதின்னியைத் தனியாளாய்த் தூக்கிக் கொண்டு போகச் சொல்கிறார்கள்.

"இந்த வெவகாரத்த இந்த எடத்துலயே இப்பவே பேசி முடிக்கணும், இல்லனா பொணம் இங்ஙனயே கெடந்து நாறட்டும். ஏம்னா இது மத்த பயகளுக்கும் ஒரு பாடமா இருக்கட்டும்

இல்லனா பயக ஊர மதிக்க மாட்டான்" (ப.349). பிணத்தைப் போல் மௌனமாய் நின்ற மண்ணுதின்னி காலில் விழுந்து ஊரை வணங்குகிறான். ஊரை வணங்கினாலும் தண்டனை கொடுக்க வேண்டும் என்கின்றனர்.

கடலையூரில் உள்ள பவுண்டில் அடைக்கப்பட்ட மாடுகளுக்கு ஆறுமாதம் தீவனம் போட்டு நீதான் காப்பாத்தனும் என்று நீர்ப்பாய்ச்சி சொல்கிறார். ஆறுமாதம் தினமும் அலைவது கடினம் என்று மீண்டும் ஊர்க்காலில் விழுகிறான். அவனுக்குத் தண்டனை ஒரு மாதமாகக் குறைக்கப்படுகிறது. தண்டனை மந்திரியாருக்கும் மகாராசாவிற்கும் எட்டியதும், இந்த யோசனையெல்லாம் உங்களுக்கு எப்படி வருகிறது என்று கேட்டு சந்தோஷப்படுகிறார்கள்.

"தண்டனங்கிறது குத்தஞ் செஞ்சவன தண்டிக்க மட்டும் கூடாது. செஞ்ச குத்தத்த நெனச்சு வருத்தப்பட்டுத் திருந்தணும். அது மாதிரி இருக்கணும் தண்டன. தீபம் ஏத்துறதும், பவுண்டு மாடுகளுக்கு கூளம் போடுறதும் லேசுதான். ஆனா ஊர் முழுக்க தெரிஞ்சு பகிரங்கமா ஆகிப்போறதால வருத்தப்பட்டுத் திருந்துவாங்க ராசா" என்று உருளைக்குடி மக்கள் கூறுவதை நாம் இன்றைய காலச்சூழலோடு பொருத்திப் பார்க்கின், நாம் நாகரிகத்தில் மட்டுமல்ல குற்றம் புரிவதிலும் தண்டனைகளிலிருந்து தப்பிப்பதிலும் வளர்ச்சி பெற்றுள்ளோம் என்பதை மறுக்கமுடியாது. குற்றம் வெளியில் தெரியின் அசிங்கம் என்றுணர்ந்த நம் முன்னோர் வாழ்ந்த மண்ணில் இன்று குற்றங்கள் அம்பலமாக்கப்பட்டாலும் குற்றத்திற்குரியோரே பெரியவராகின்றார்.

ஒரு பெண் தனக்கு ஆபத்து வரும்போதும், தன்னுடைய மானத்திற்கு இழுக்கு வரும்போதும், தன் உயிர் காக்க போராடும்போதும், காப்பாற்ற அல்லது சிறிதளவேனும் உதவி செய்ய வாய்ப்பிருந்தும் செய்யாமல் அலட்சியப்படுத்துபவர்கள் மீது அப்பெண் விடும் சாபம் அப்படியே பலிக்கும் (ப.322). சாபங்களுக்கும் பாவங்களுக்கும் பரிகாரங்கள் இருந்தாலும் கூட கன்னிப் பெண்களின் சாபத்தை எந்தப் பரிகாரத்தாலும் கட்டுப்படுத்தவோ நீக்கவோ முடியாது என்ற நம்பிக்கை உணர்வு இருந்தது.

பூமியில் வாழ்ந்த காலத்தில் செய்த பாவ புண்ணியத்தின் கணக்குகளைப் பொறுத்தே மறுபிறவியில் வாழ்க்கை தீர்மானிக்கப்படுகிறது. இந்து மதத்தில் மறுபிறவியில் நம்பிக்கை

உண்டு. கொப்புளாயி என்ற பாத்திரம் இந்நாவலில் சிறப்பிடம் பெறுகிறது. குழந்தை இல்லாத குறையை நிவர்த்தி செய்ய மரங்களை வளர்க்கிறாள். காடுகளிலும் தொழுவத்திலும் மாடுகளுடன் பேசுகிறாள். ஊருக்கே தாயானாள். எல்லாக் குழந்தைகளுக்கும் அவ்வையானாள்.

தயிர், மோர் எப்போதும் கொப்புளாயி வீட்டில் இருக்கும். காசு இல்லாமல் எல்லோரும் குடித்துவிட்டு அவளைக் கையெடுத்துக் கும்பிட்டுச் சென்றார்கள். பிள்ளையில்லாக் குறையை நிவர்த்தி செய்யும் பரிகாரமாய் கொப்புளாயி இவ்வேலைகளைச் செய்து வருகிறாள். கோடையின் வெம்மையைக்கூட கொப்புளாயியின் நந்தவனம் இளைப்பாற்றியது.

"மனுஷர் அடிச்சா தாங்கிக்கிறலாம். தெய்வம் அடிச்சா தாங்க முடியுமா?" என்ற கேள்விதான் குற்றத்திற்கும் பாவத்திற்குமான விடையாக அமைகிறது. குற்றத்திற்குத் தண்டனையை வழங்குபவர் அரசன், ஊர்த்தலைவர், நிர்வாக அதிகாரி என்று யாராக இருந்தாலும் மனிதர்தான். ஆனால் பாவத்திற்கான தண்டனைகளைத் தெய்வங்கள்தான் தருகின்றன. அத்தண்டனை மனிதரால் தாங்க முடியாத நிலைக்குத் தள்ளுகிறது.

இத்தண்டனையிலிருந்து மீள அல்லது அடுத்த பிறவியில் இப்பாவம் தொடராமல் இருக்க பரிகாரங்கள் பயன்படுகின்றன என்பதை மக்கள் நம்பிச் செய்கின்றனர். மரணத்தை மறந்துவிடலாம் சித்ரவதையை மறப்பது கடினம்.

சித்தாண்டி கீழ்நாட்டுக்குறிச்சி அய்யரிடம் பாவத்திலிருந்து விடுபட பரிகாரம் கேட்கச் செல்கிறான். அய்யரோ, "பாவக் கைகள் தீண்டிய தேங்காயும் பழமும் என் கண்ணில்பட வேண்டாம். ஊரைச் சுற்றிலும் மரங்கள் நடு. கண்மாய்க் கரையெங்கும் கண்ட மரங்களையெல்லாம் நட்டு வைத்து, தண்ணீர் ஊற்றி வளர்த்து வா. மரங்கள் தோப்பாகட்டும், தோப்பைத் தேடி பறவைகள் வரட்டும், பாடட்டும், ஆடட்டும், அடையட்டும், ஆனந்தித்து இருக்கட்டும், குஞ்சுகள் பொரித்து இனவிருத்தி செய்யட்டும், உனக்கு அடுத்த குழந்தை அழகாய் ஜனிக்கும். பேச்சுக் கலையைப் பறவைகள் தரும். போய்வா எதிரே நிற்காதே. ஜென்மப் பாவியே, படப்புக்குத் தீ வைத்துக் கால்நடைகளைப் பட்டினிப் போடுபவன், பசுவைக் கொல்பவன், பச்சைக் குழந்தையிடம் திருடுபவன், கண்மாயை உடைத்து ஊரையே அழிப்பவன் அத்தனை பேருக்கும் பரிகாரம்

மட்டுமே வாழ்வு தரும். போ, போய் குளம் வெட்டு, மரம் நடு, அன்னதானம் செய். அடுத்த தலைமுறை சுகம் பெறும், ஓடு நிற்காதே" *(ப.210)* என்கிறார்.

பாவங்களைச் செய்தவன் வெட்கப்பட வேண்டும். வேதனைப்பட வேண்டும். செய்த குற்றத்தை எண்ணி வருந்துகிறபோது அக்குற்றத்திலிருந்து மன்னிப்பு கொடுக்கப்படுவதாக மதங்கள் வலியுறுத்துகின்றன. அப்பாவத்தைச் செய்யாதிருக்க மனதில் உறுதி பூண்டு இறுதிவரை பேணுவதற்கான வழிமுறைகளையே பரிகாரங்கள் தருகின்றன. இவை மனிதர்களின் நம்பிக்கை அடிப்படையிலேயே செய்யப்படுகின்றன.

கிராமத்தில் இருந்த உறவுமுறைகளும் நம்பிக்கைகளும் இன்று இல்லை. தண்டனைக்கும் பாவத்திற்கும் அஞ்சாமல் குற்றங்கள் பெருகிக்கொண்டு வருகின்றன. நீதிமன்றங்களை நாடாமல் ஊர்க்கட்டுப்பாட்டுக்கு அஞ்சி வாழ்ந்த வாழ்வியலைப் போற்ற வேண்டும்.

நிறை குறை உடையவனே மனிதன். நிறை குணத்தால் நன்மை பயக்கிறது. குறை குணத்தால் தவறுகளைச் செய்யும்போது அது குற்றங்களாகின்றன. குற்றங்களாகக்கூடிய சில தவறுகள் பாவங்களாய் மாறுகின்றன. மீண்டும் அக்குற்றத்தைச் செய்யாதிருக்க பாவம் தொடராதிருக்க இறைவனிடம் மன்னிப்புக் கேட்பதுண்டு. பாவத்தால் ஏற்பட்ட கறையைப் போக்குவதற்காக மக்கள் பரிகாரம் என்ற வழிமுறையைப் பின்பற்றுகின்றனர். முன்னோர் பரிகாரமாய்ச் செய்ததையே இன்றைக்குக் குற்றங்களாகவும் பாவம் என்று தெரிந்தே தகாதகாரியங்களையும் செய்கிறோம்.

நீர்நிலைகளை அழித்தோம். காடுகளை அழித்தோம். அன்னதானத்திலும் அதிகப்படியான முறைகேடுகள். பாவத்திலிருந்து விடுபட முன்னோர் பரிகாரமாய்ச் செய்தவைகளைப் பஸ்பமாக்கிவிட்டு வாழ்க்கையைக் கேள்விக்குள்ளாக்கியிருப்பதை இப்படைப்பு மீள் சிந்தனைக்குத் தள்ளியிருக்கிறது.

மதமாற்றம்

எட்டையபுரம் மகாராஜா வெள்ளைக்காரர்களுக்கு (ஆங்கிலேயர்) ஆதரவாக இருப்பது உருளைக்குடி மக்களுக்குப் பிடிக்கவில்லை என்றாலும் வெளிப்படையாக எதிர்ப்பை அவர்களால் காட்டமுடியவில்லை. உருளைக்குடியில் வேதக்கோயிலும்

பள்ளிக்கூடமும் கட்டப்பட்டன. இரண்டிற்கும் காவலாளியாக இச்சியன் நியமிக்கப்பட்டிருந்தான்.

இச்சியன் 'ஈசாக்' என்று பெயர் மாற்றம் செய்துகொண்டான். அவன் குடும்பத்தினர் அனைவருக்கும் கிறித்தவப் பெயர்கள் சூட்டப்பட்டன. இந்துமத சாஸ்திரங்கள் அனைத்திலிருந்தும் விலகிக் கொண்டான். உறவுக்காரர்கள் அவர்களின் மதமாற்றத்தைக் கண்டு எள்ளி நகையாடுகின்றனர். ஒரு சொட்டு வேர்வை இல்லாமல் வெள்ளைக்காரன் தனக்குச் சம்பளம் தருவதாகச் சொல்கிறான்.

"வெள்ளைக்காரனுக்கும் வேதக்காரச் சாமியானுக்கும் குண்டி கழுவிவிட்டா வேர்வை எப்படி வரும். எங்களை மாதிரி வெய்யில்ல நின்னு வேல செஞ்சாத்தான் வேர்வை வரும்" (ப.407). இப்படிச் சொல்லும் தன் உறவுகளை இந்துச் சாமி கும்புடுற நீங்க முட்டாள்கள் என்று இச்சியன் கூறுகிறான்.

"தொரமார்களும் சாமியார்மார்களும் குடுத்த சூட்டையும் கோட்டையும் போட்டுட்டாப்ல நீங்க பெரிய அறிவாளிகளாயிட்டீகளாக்கும். நாங்க முட்டாப்பயகளாக்கும்". நோஞ்சான் மாடனும் கிறித்தவத்துக்கு மாறின இச்சியனும் பேசிக்கொண்டே போனார்கள். இச்சியன் கிறித்தவ மதத்தை உயர்த்திப் பேசிக்கொண்டே போகிறான். "ஊர் ஊருக்கு வெள்ளக்காரன வெளியேறச் சொல்லி கலவரம் நடக்காம். என்னைக்கிருந்தாலும் வெளியேறப் போறது நிச்சயம்" என்றதும் இச்சியனால் பொறுத்துக் கொள்ள முடியவில்லை.

"இங்க கேளுங்க மாமா, வெள்ளைக்காரன் நம்ம நாட்டவிட்டுப் போனாலும், இந்த வேதக்காரன் நாட்டவிட்டுப் போகமாட்டான். ஏம்னா வேதக்காரங்க வெள்ளைக்காரங்களைப் போல வேற நாட்லருந்து வந்தவங்க இல்ல. அவுங்க எல்லாருமே இந்த நாட்டுக்காரங்கதான், என்னைய இந்த ஊரவிட்டு ஒங்களால வெரட்ட முடியுமா?" என்கிறான். "நாய் சுத்திட்டுப் போகட்டும்னு விட்ருக்கோம். எப்போ கடிக்க வருதோ அப்ப ஆளாளுக்குக் கல்லால அடிச்சி வெரட்டிட்டுப் போறம்" என்று நோஞ்சான் மாடன் பதிலுரைக்கிறான்.

தன் மகளைக் கிறித்தவ மதத்தைச் சார்ந்த பையனுக்குத்தான் கொடுப்பேன் என்கிறான். கட்டிய பிறகு வேதத்திற்கு மாறினாலும் பரவாயில்லை என்கிறான். கிறிஸ்தவ மதத்திற்கு மாறிட்டாலே சாதி கிடையாது. எல்லாச் சாதியும் ஒன்றுதான் என்கிறான். ஆரம்ப கால

கட்டத்தில் இந்து மதக்கோயில்களில் விதிக்கப்பட்ட கட்டுப்பாடுகள் பெருவாரியான ஒடுக்கப்பட்ட மக்களை மதம் மாற வைத்தன. அட்டவணை இன பட்டியலிலிருந்து மதம் மாறிய கிறிஸ்தவர்கள் மேல்தட்டுப் பட்டியல் இனத்தவராக அறிவிக்கப்பட்டனர்.

சாதியைக் காரணம்காட்டி அடிமைப்படுத்தப்பட்ட சூழலில் கிறிஸ்தவ மதம் சமத்துவம் பாராட்டி கோயிலுக்குள் அனுமதித்தது. ஒடுக்கப்பட்ட மக்கள் மதம் மாற இது ஒரு முக்கியக் காரணமாக அமைந்தது. இச்சியன் கூறியது போல் கிறிஸ்தவன் என்பவன் இந்த நாட்டுக்காரன்தான். மதத்தை விதைத்தவர் ஆங்கிலேயராக இருந்தாலும் மதம் மாறிய கிறித்தவர்களின் பூர்வீக மதம் இங்குதான் இருந்தது என்பதை மறுக்கமுடியாது.

நிலப்பிரபுத்துவமும் மக்களாட்சியும்

ஆங்கிலேயே அரசின் தந்திரமான வேலையே ஜமீன்தாரி முறை என்கிற நிலப்பிரபுத்துவ ஆட்சியாகும். நிலவரி வசூல்தான் நாட்டின் முக்கிய வருவாய். அந்த வருவாயைப் பெருக்கிக்கொள்ள ஆங்கில அரசாங்கம் தன் கையே தன்கண்ணைக் குத்துவதுபோல் நம்நாட்டவரிடமே வரிவசூல் செய்வதற்கும் உள்ளூர் நிர்வாகத்தைக் கவனித்துக் கொள்வதற்கும் நியமிக்கப்பட்டவர்கள்தான் ஜமீன்தார்கள் (நிலப்பிரபுக்கள்). இவர்கள் ஆங்கிலேயருக்கு விசுவாசமாய் இருந்தனர். நாவலில் காட்டப்படும் எட்டையபுரம் மகாராசா ஆங்கிலேயரின் விசுவாசியாகவும் பக்கத்து ஜமீன் கட்டப்பொம்மன் ஆங்கிலேயரை எதிர்த்த மகாராசாவாகவும் வரலாற்றில் அறிகிறோம்.

சில ஜமீன்தார்கள் சர்வாதிகாரம் படைத்தவர்களாக இருந்தனர். ஜமீனின் அரண்மனைச் சட்டதிட்டங்களை மதித்து வாழ்ந்தனர். ஒவ்வொரு தொழிலையும் ஒவ்வொரு குடும்பங்கள் செய்தன. தொழிலின் அடையாளமே சாதியாக மாறிப் போயின. எல்லாச் சாதியினரும் சேர்ந்து வாழ்கிற இடமாக உருளைக்குடி இருந்தாலும், அவர்களுக்குள் சமூக ஒப்பந்தங்கள் இருந்தன. இந்த ஒப்பந்தங்களை மீறாத வகையில் ஊர்ப்பஞ்சாயத்து கூடி நிர்வாகத் திறமையுள்ள ஒருவரை நியமித்திருந்தது. அனைத்துக் கிராமங்களையும் ஒன்றிணைத்த நிர்வாகம் எட்டையபுரம் அரண்மனை.

நிலப்பிரபுத்துவ ஆட்சியின் கட்டுப்பாட்டிற்குள் இருந்த உருளைக்குடி சுதந்திரம் பெற்ற பிறகு நிலைமை மாறிப் போகிறது. ஜமீன்தார் முறை ஒழிக்கப்பட்டு ஆட்சி அதிகாரம்

பொதுமையாக்கப்படுகிறது. மக்களை ஆள்வதற்கும் கட்டுப்படுத்துவதற்கும் மக்களே கூடி தங்கள் நிர்வாகிகளைத் தேர்ந்தெடுத்தனர். பொது மக்களின் வாக்கு மூலம் அதிகாரிகள் தேர்ந்தெடுக்கப்பட்டனர். ஆயினும்கூட கட்டுப்பாட்டிற்குள் நாம் இருந்தகாலத்தில் இருந்த நேர்மையும் நீதியும் இப்போது இல்லை.

அரண்மனையிலிருந்து வெகுதொலைவில் வாழ்ந்தாலும்கூட "ஊருக்கு ஒத்தக் கண்ணு அரண்மனைக்கு ஆயிரம் கண்ணு" என்று மக்கள் அஞ்சி அற உணர்வுடன் வாழ்ந்த நிலையைக் காண்கிறோம். மக்களாட்சி மலர்ந்த பிறகு அதிகாரிகளிடமும் மக்களிடமும் நேர்மையும் அறப்பண்பும் அரிதாகிவிட்டது என்பதை நாவலின் இறுதிப் பகுதியில் ஆசிரியர் தெளிவாகச் சுட்டிக் செல்கிறார். மக்களாட்சி மலர்ந்தபின் கண்மாய் பஞ்சாயத்தில் ஒப்படைக்கப்படுகிறது.

பஞ்சாயத்துத் தலைவராகத் தேர்ந்தெடுக்கப்பட்ட சின்னாத்துரையின் நிர்வாகம் சரியில்லாமல் போகிறது. கண்மாய் தூர்வாரப்படாமல் கிடக்கிறது. ஒவ்வொரு வருடமும் கண்மாயில் கரம்பை மண்ணை அள்ளித் தூர்வாரி புதுப் பெண்ணாய் அலங்கரித்து கருவுறத் தயாராக்கிய கிராம மக்கள் பஞ்சாயத்துக் தலைவர் கண்மாயைக் கண்டுகொள்ளாதது கண்டு வருந்துகின்றனர்.

சின்னாத்துரையின் மறைவுக்குப்பின் வந்த மூக்கனின் நிர்வாகமும் தரம்கெட்டுப் போகிறது. காடுகள் அழிக்கப்படுகின்றன. நிறை சூலியாய்க் காட்சி தந்த கண்மாய் பஞ்சாயத்தார் வசப்பட்டு பிள்ளைப்பேறுக்கு வாய்ப்பில்லாத மலட்டுப் பெண்ணாகக் காட்சி தருகிறது. சுற்று வட்டார கிராம மக்களைப் பசியின்றி வாழ வைத்த கண்மாய் இன்று பாலம் பாலமாய் வெடித்துக் காணப்பட்டது.

ஆசிரியர் இப்படி கதையை முடித்திருந்தாலும் கதையினூடே அதிலிருந்து மீண்டு வருவதற்கான வழிமுறைகளைச் சுட்டத் தவறவில்லை. இது படைப்பாளனின் வெற்றி என்றே சொல்லலாம். கீழ்நாட்டுக் குறிச்சி ஐயர் பரிகாரமாய்ச் சொல்வதும் கொப்புளாயி செய்யும் செயல்களும் படைப்பாளியின் எண்ணங்களைச் சுமந்து வரக்கூடியன. நாம் இந்த வறட்சி நிலையிலிருந்து விடுபட மரங்களை வளர்க்க வேண்டும். அதுமட்டும் போதாது பாவத்துக்கு அஞ்சி வாழ்தல் வேண்டும். பெருகிப்போன குற்றங்களும் பாவச் செயல்களும் ஒரு வகையில் அழிவிற்குக் காரணங்களாகின்றன.

தொன்மம் கரிசல் புனைவாகுதல்

இலக்கியப் படைப்பாளர்கள் தங்களின் படைப்புகளில் தொன்மச் செய்திகளைச் சுட்டிக்காட்டி நடைக்கு அழகு சேர்ப்பதுண்டு. நம்ப முடியாத கதைகள், போலிப் புனைவுகள், பகுத்தறிவுக்கு ஒவ்வாதவையெல்லாம் தொன்மம் எனக் குறிப்பிடுவர். பழங்குடி மக்களின் கனவுகள், ஆசைகள், கற்பனைகள் இவ்வாறு கதைகளாக உருவெடுத்தன. இவை சில அறிவுக்குப் புறம்பானவை எனினும் உள்ளுணர்வினால் உணர வேண்டியவை.

நாட்டுப்புறவியலோடும் தொடர்புடைய இவற்றை வைத்து ஓரின மக்களின் பண்பாடு நாகரிகத்தினைக் கணத்தறியலாம் என்கிறார் தமிழண்ணல். 'சூல்' நாவலில் புராண இதிகாசக் கதைக் கூறுகளைப் பயன்பாட்டு நிலையில் ஆசிரியர் எடுத்தாண்டுள்ளார். சம கால வாழ்வியல் நிகழ்ச்சிகளின் சிக்கல்களைப் பிரதிபலிக்கின்ற வகையில் புராணக் கூறுகளை ஆசிரியர் கையாண்டுள்ளார்.

பல்வேறு நிலைகளில் விரிந்து காணப்படும் தொன்மங்கள் மக்களின் வாழ்க்கை நிலையில் அமைந்துள்ள முரண்பாடுகளையும், சிக்கல்களையும் எதிர்கொள்வதற்கு உதவுகின்றன. 'சூல்' புதினத்தில் சேவுகன், பெருமாள், முத்துவீரன், செம்பட்டையன் நான்கு பேரும் கோடையில் கூட்டு உழவுக்குச் சென்றார்கள். கோடை வெயிலில் தனி ஆளாய் உழுவது கஷ்டம் என்பதால் சிரிப்பும் கேலியுமாக கூட்டு உழவு உழுது அலுப்புத் தெரியாமல் வீடு வந்து சேர்வார்கள். நான்கு பேரும் பேசிக் கொண்டே புஞ்சையை நெருங்கினார்கள். தலையில் இருந்த கஞ்சிக் கலயங்களைக் கரிசல் மண்ணைத் தோண்டி மறைத்து வைத்துவிட்டு ஏரைப் பூட்டி உழுதார்கள்.

முத்துவீரன் இருக்கிற இடத்தில் கலகலப்புக்குப் பஞ்சம் இருக்காது. மரத்தில் தூக்கு வாளிகளைத் தொங்கவிட்டாலும் காக்காய்க் கண்ணுக்குத் தப்பாது. மூடியை எப்படித் திறக்கின்றன என்பதே யாருக்கும் புரியாத புதிர். ஒரு நொடியில் கஞ்சியைப் பூராவும் தரையில் கொட்டிவிடும். மிச்சமிருக்கும் கஞ்சியிலும் கரிசல் மண்ணை வாரி இறைத்துவிடும். பெண்கள் பருத்தியை எடுத்து மரத்தடியில் குமித்துப் போட்டிருப்பர். இந்தப் பஞ்சை வாரி இறைத்துவிட்டுப் போய்விடும்.

நாலு பேரும் மண்ணைத் தோண்டி கலயத்தை வைத்து மேலே பாராங்கல்லையும் தூக்கி வைத்துவிட்டுச் சென்றிருந்தபோதிலும் காக்கை கலயத்தை உருட்டிவிட்டிருந்தது. கம்மங்கஞ்சியும் கானப்பயிறு தொவயலும் சிதறிக் கிடந்தன.

"இவ்வளவு ஆழம் தோண்டி, பாறாங்கல்ல வேற ஏத்தி வச்சிருக்கன், ஆக்கங்கெட்ட கழுத கல்லுக்கடியிலகூடி மண்ணைத் தோண்டி கலயத்துக்குள்ள கொட்டிருச்சு பாரேன்" (ப.14). இருக்கிற கஞ்சியைப் பகிர்ந்து மரத்தடியில் பேசிக் கொண்டே குடித்துக் கொண்டிருந்தார்கள். காக்கை மரத்தின் மேலிருந்து ஓரக்கண்ணால் இவர்களைப் பார்த்துக் கொண்டிருந்தது.

"அதுதான் மண்ணள்ளிப் போட்டுப் போயிட்டியே, இனி எதுக்கு இப்பிடி கழுத்த சாச்சுச் சாச்சுப் பாக்க. நாளைக்கு ஒக்காலி எலந்த முள்ள வெட்டி அடச்சு வைக்கன். எப்படி கலயத்த எடுக்கனு பாக்கன்."

"மத்த பறவைக பூராவும் நேரா பார்க்கும்போது காக்கா மட்டும் இப்பிடி அலக சாச்சுப் பாக்கிறதுக்கு என்ன காரணம்னு தெரியுமால சோறு திண்ணிப் பயலே?" (ப.16). உச்சி வெயிலின் தகிப்பில் முத்துவீரன் காக்கையின் சாயல் பார்வைக்கான கதையைச் சொல்ல ஆரம்பித்தான்.

"இதே மாதிரிதான்டா கோடனா அப்பிடி ஒரு கோட வெய்யிலு, அனலா கெடந்து பொசுக்குது. பார்வதியும் பரமசிவனும் ஒலகத்த சுத்திப் பாத்துட்டு அப்பிடியே நம்ம கரிசக் காட்டுப் பக்கம் வாராக. வந்தா வெய்யிலு திட்டங்கெட்ட வெய்யிலு. செத்த இப்பிடி மரத்தடியில ஒக்காந்து எளப்பாறிட்டுப் போவம்ன்னு, நல்லா தளிர்த்து நின்ன வேப்பமரத்து நெழல்ல வந்து ஒக்காந்துட்டாக, வேப்ப மரம் நாள்பட்ட மரம் பாத்தியா, வளர்த்தினா தாறுமாறான வளர்த்தி, அப்பிடியே தளிர்த்து குமுறிப் போய் நிக்குது.

மரத்தடியில ஒக்காந்து ரெண்டு பேரும் பேசிக்கிட்டு இருந்தாகளா, காடு பூராவும் அலஞ்சதுக்கும், வேப்பமர நெழல் குளுமைக்கும் அப்படியே ரெண்டு பேருக்கும் கண்ணச் சொக்குது. கொட்டாவி தெரியுது. பார்வதி மொதல்ல அப்படியே ஒழவுக் கட்டியில சாஞ்சுது. செத்த நேரத்துல பரமசிவனும் அப்பிடியே கொஞ்சம் கண்ணசந்தாரு"(ப.17). பரமசிவனும் பார்வதியும் நிழலில் அசந்து உறங்குகிறார்கள். குளுமையான காற்றுக்குப் பார்வதியின் மேச்சீலை விலகிக் கிடக்கிறது.

"வெயிலுக்கு அலஞ்ச காக்கா உச்சி மரத்துல ஒக்காந்து கொண்டு இதப் பாத்திருச்சு. பார்த்தா செக்கச் செவேர்னு ரெண்டு பழம்தான் கெடக்குனு நெனச்சு, பசியோட உச்சி மரத்திலிருந்து விருட்டுனு தரைக்கி எறங்கி, பட்பட்னு ரெண்டு கொத்து கொத்திருச்சு"(ப.17).

பார்வதி தடபுடானு எந்திரிச்சிப் பார்க்கிறார். மீண்டும் மரத்திலே போய் அமர்ந்து கொண்டு அசையாமல் பார்த்துக் கொண்டிருந்தது. இம்புட்டுத்தண்டி பறவைக்குக் கண்ணுல இம்புட்டு சக்தி இருக்கக் கூடாது. பார்வையோட சக்தியைக் கொறைக்கணும்னு பார்வதி சொல்ல, பரமசிவன், ‘இன்னெக்கி தெனத்திலிருந்து ஒனக்கும் ஒன்னோட வம்சத்துக்கும் நேர் பார்வை கெடையாது. கோணப் பார்வதாம்னு ஒரு சாபத்தை விட்டாக” (ப.18).

ஒரு சாபம் மட்டுமல்ல அடுக்கடுக்காய் இன்னும் இரண்டு சாபங்களைத் தருகிறார். ஒங் கண்ணுக்கு எது தட்டுப்பட்டாலும் ஒளிச்சிவச்சி தனியா தின்ன முடியாது. கூப்பாடு போட்டு பிச்சிப் புடுங்கி சிதறித் தின்ப. அடுத்ததாக மற்ற பறவைகளைப் போல நெனச்ச இடத்துல புணர்ச்சி செய்ய முடியாது. மனுசங்களப் போல மறைந்துதான் புணர்ச்சி செய்ய முடியும்.

பரமசிவன் கொடுத்த மூன்று சாபம் போதாதென்று பார்வதியும் இரண்டு சாபங்களைத் தருகிறாள். ‘தெனமும் ஒரு சொட்டுத் தண்ணியாவது ஒன் ஒடம்புல படனும், நீ தெனமும் குளிச்சே ஆகனும். ஒன்னோட வம்சத்தையும் சேர்த்து இன்னொரு பறவையோட வம்சத்தையும் காத்து வளர்த்துக் காப்பாத்தனும்னு சொல்லிச் சாபம் விட்டாக’ பார்வதி என்கிறான்.

காக்கைக்குச் சாயல் பார்வை என்பதற்கு வழிவழியாய் வழங்கப்படும் இராமாயணக் கதையில் வரும் செய்தி இங்கு மாற்றம் செய்து தரப்பட்டுள்ளது. சுந்தரகாண்டத்தில் அனுமன் சீதையின் பெருமைகளை நினைவு கூர்ந்து பார்ப்பதாக காக்காசுரன் கதை சொல்லப்படுகிறது. காட்டில் சீதையின் மடியில் இராமன் துயில்கிறான். காக்கை வடிவில் இருக்கும் இந்திரன் மகன் ஜெயந்தன் மரத்தில் அமர்ந்து கொண்டு சீதையின் அழகைப் பார்க்கிறான். ஆசை மீதூற சீதையின் மார்பை அலகால் கொத்தி விடுகிறான். இராமன் உறக்கம் கலைந்து விடும் என்பதால் சீதை அவனை எழுப்பவில்லை.

ஆனால் குருதி பட்ட சில்லிப்பில் இராமன் விழிக்கிறான். தர்ப்பைப் புல்லைப் புடுங்கி எறிகிறான். அது இராமபாணமாக மாறி அவனைத் துரத்துகிறது. ஓடி அலைந்து இறுதியில் உயிர்பிழைக்க இராமனிடமே வந்து சரணாகதி அடைகிறான். காகமாக இருந்த அவனின் தலை இராமனின் பாதத்திற்கு எதிர்த்திசையில் இருந்தது. அவள் காகத்தின் தலையை இராமனின் பாதம் பக்கம் திருப்பி வைக்கிறாள். அவள் நினைத்திருந்தால் தலையைத் திருகியிருக்கலாம்.

தனக்குத் துன்பம் இழைத்தவனுக்கும் கருணையே காண்பித்தாள் சீதை என்று அனுமன் வியக்கிறான்.

இத்தொன்மச் செய்தி இப்புதினத்தில் காலச்சூழலுக்கேற்ப மாற்றம் பெற்றிருக்கிறது. இராமன் வைணவ சமயக் கடவுளாகப் பார்க்கப்படுகிறான். இராமனும் சீதையுமாகிய பாத்திரங்கள் சிவனும் பார்வதியுமாக மாற்றம் பெற்றிருக்கின்றன. காக்கா நித்தம் குளிப்பதற்கும் குயிலோட முட்டையை அடைகாத்து குஞ்சு பொரிப்பதும், பார்வதியின் சாபமாக கற்பிதப் புனைவு செய்யப்பட்டுள்ளது.

ஒரு பொருளை நாம் எடுக்கும்போது இடது அல்லது வலது கைப்புறமாகவே எடுக்கிறோம். அதுபோல் காக்கை ஒரு பொருளை அலகால் எடுக்கும். தலையின் எதிர்ப்புறமாக பக்கவாட்டில் பார்க்கும் போது அது எடுக்கும் பொருளின் முழு பிம்பத்தையும் அதுவால் பார்க்கமுடிகிறது. இரண்டு கண்களால் ஒரு பிம்பத்தை நாம் காண்பதற்கு பைனாகுலர் விஷன் (Binocular vision) என்கிறோம். காக்கை போல் பக்கவாட்டில் ஒரு கண் வழியாகப் பார்க்கும் ஒற்றைப் பார்வைக்கு மோனோக்குலர் விஷன் (Monocular vision) என்று சொல்லப்படுகிறது.

குயில் முட்டையை வேறு பறவைகளின் கூடுகளில் இட்டுச் சென்று விடும். குயில் குஞ்சுகளுக்குப் புரதச் சத்து அதிகம் தேவைப்படும். குயில்கள் அதிகம் பழங்களையே உண்ணுகின்றன. முட்டையின் ஓடு கடினமாக இருப்பதால் பறந்து போகிற போக்கில் காக்கையின் கூட்டில் போட்டுச் சென்றுவிடுகிறது. இரைக்காக பொரித்த குயில் குஞ்சுகள் அதிகம் இரைச்சல் போடுகின்றன. அந்நிலையில் காக்கை அக்குஞ்சுகளுக்கும் இரைகளைக் கொடுத்து வளர்க்கின்றன. புழு, பூச்சிகள் இப்படி காக்கை கொண்டு வரும் அசைவ உணவை குயில் குஞ்சுகளும் சாப்பிட நேருகின்றன.

வானிலை அறிந்த பறவைகள்

சூல் நாவலில், முத்துவீரன் கிழவன் பறவைகளின் செயல்பாடுகள், சமிக்ஞைகளை வைத்து வானிலை நிலவரத்தைச் சரியாகச் சொல்லிவிடுகிறார்.

"கண்மாய் பெருகுமா, இல்ல அரகொறதானா?" என்று குமராண்டி கேட்கிறான்.

"இந்த வருசம் நெற பெருக்கு. சந்தேகமேயில்ல. எல்லாக் கூடுகளும் கன்மா மரத்துல உச்சிக் கொப்புலதான், ஒன்றுகூட தாழக் கொப்புல கட்டல."

தூக்கணாங்குருவிக் கூடுகளில் கீழ்ப்பக்கம் உள்ள வாசல் போக, பக்கவாட்டில் ஒவ்வொரு கூட்டிலும் ஒரு வாசல் இருக்கும். இந்தப் பக்கவாட்டு வாசல்கள் தெற்குப் பார்த்தபடி பெரும்பான்மையாக இருந்தால் அந்த வருசம் வடக்குப் பருவமழை அதிகம், பெரும்பான்மைக் கூடுகளின் வாசல்கள் வடக்குப் பார்த்தபடி இருந்தால் தெக்கித்தி மழை அதாவது தென்மேற்குப் பருவமழை அதிகம் என்று முத்துவீரன் தாத்தா கணித்துச் சொன்னது குமராண்டிக்கு ஆச்சர்யமாய் இருந்தது (ப.7).

தூக்கணாங்குருவிகள் உச்சிக்கொப்பில் கட்டியிருந்தால் அந்த வருடம் மழை அதிகம் என்று நம்பினர். மரம் தண்ணீருக்குள் மூழ்கி கிளைகள் தண்ணீரின் மேற்பரப்பைத் தொட்டுக் கொண்டு நிற்கும். மழைக்கான அறிகுறியை அறிந்தே குருவிகள் கூட்டைக் கட்டுகின்றன. தட்பவெப்பச் சூழ்நிலை அறிந்த விஞ்ஞானிகளான பறவைகளிடமிருந்தே மனிதன் பல விசயங்களைக் கற்றுக் கொள்ள நேரிட்டது.

தூக்கணாங்குருவி பெரும்பாலும் தன் கூட்டை நீர்நிலைகளில் இருக்கும் மரங்களில்தான் கட்டும். மற்ற பறவைகளால் இடையூறு எதுவும் நிகழாவண்ணம் அமைத்துக் கொள்ளும். மேலும், மழை பெய்கின்ற திசை மற்றும் உணவு கிடைக்கும் திசையை வைத்தும் தன் கூட்டின் வாசலை அமைத்துக் கொள்ளும். உணவை எடுத்துக் கொண்டு உள் நுழைவதற்கு ஏதுவான நிலையைப் பார்த்து வாசல் அமைந்திருக்கும்.

மையவாடி

'மையவாடி' என்ற சொல் இறந்தவர்களைப் புதைக்கின்ற இடமான இடுகாட்டைக் குறிக்கின்றது. மையம் + வாடி = மையவாடி. இருசொற்கள் இணைந்துள்ளன. மையம் (Mid point, centre) என்பது ஒரு வட்டத்தின் மையப்புள்ளி. இன்னொன்று தெர்ந்தெடுக்கப்பட்ட இடம் அல்லது அமைப்பிற்கு மையம் என்று சொல்லலாம். உதாரணமாக ஆராய்ச்சி மையம், தேர்வுமையம் என்று வழக்கில் சொல்வதைக் காணலாம். கதை இலக்கியங்களில் கதையின் அடிப்படையாக அல்லது முக்கியமாக அமையும் கருத்தினை மையக்கரு என்றும் சொல்வதுண்டு.

வாடி – என்ற சொல்லுக்கு வீடு, பட்டி, சாவடி, தோட்டம், மதில், முற்றம், உள்ளூர்ப் பயன்பாட்டிற்குரிய இடம், காணிக்காரர்களின்

புள்வேய்ந்த மூங்கிற் குடிசை, அடைப்பிடம், விறகு முதலியன விற்கும் இடம் என்று தமிழ் அகராதி இச்சொல்லின் பொருளை வரையறுக்கின்றது. இரு சொற்களின் இணைவான 'மையவாடி' என்பது இறந்தவர்களைப் புதைப்பதற்குத் தேர்ந்தெடுக்கப்பட்ட இடம் என்ற பொருளைத் தருகின்றது.

பதிமூனாவது மையவாடி (2020)

தூத்துக்குடியிலிருந்து பாளையங்கோட்டை செல்லும் சாலையில் வரிசையாகப் பன்னிரெண்டு சுடுகாடுகள் உள்ளன. பதிமூன்றாவதாக செயின்ட் மேரிஸ் பாலிடெக்னிக் கல்லூரி அமைந்துள்ளது. சுடுகாட்டிற்கு அடுத்து, தூத்துக்குடி மில்லர்புரம் ஆரம்பமாகும். "இசக்கியம்மன் கோயிலைத் தாண்டியதும் மயானம் ஆரம்பித்தது. ரிக்ஸா போகப் போக மயானம் நீண்டு கொண்டே சென்றது. முடிவே இல்லாதது போல் வந்து கொண்டே இருந்தது. ஒவ்வொரு சுடுகாட்டிற்கும் வாசல் இருந்தது. இரும்பு கேட் போடப்பட்டிருந்தது.

மொத்தம் பன்னிரெண்டு சுடுகாடு. இந்த ஊர்ல எங்க செத்தாலும் இங்கதான் வரணும். அது, ஒவ்வொரு சாதிக்கும் ஒவ்வொரு சுடுகாடு. அந்ததந்த சாதி ஆட்கள அந்ததந்தச் சுடுகாட்டிற்குத்தான் கொண்டு போகணும். சிலதுகள்ல எரிப்பாக இன்னும் சிலதுகள பொதைக்கமட்டும் செய்வாங்க, அந்த நடுவுல கல்லறைகளா தெரியுது பாருங்க, அது வேதக்காரவுகளுக்கு. அவுக எரிக்க மாட்டாக. பொதச்சி குழிமேல கல்லறை கட்டி சிலுவையை வச்சிருவாங்க.

இந்தப் பன்னிரண்டு சுடுகாடும் அந்தக் காலத்திலேயே வெள்ளைக்காரன் கெட்டுனது. ராத்திரிப் பகலா வாட்ச்மேன் உண்டு. அனாவசியமா யாரும் உள்ள போக முடியாது." (*பதிமூனாவது மையவாடி ப.108*) பன்னிரண்டு சுடுகாட்டுக்கு அடுத்து இருப்பதுதான் பாலிடெக்னிக் காம்பௌண்ட் சுவர். உடைமரங்களும் எருக்களைச் செடிகளும் முள்மரங்களும் நிறைந்த சுடுகாடு. வடகோடியில் எரியூட்டிப் பிணம் எரிக்கும் தகனமேடை. அருகில் ஆட்கள் உட்கார தகரக் கொட்டகை வட்ட வடிவமான சின்ன உறை கிணறு. கயிறு கட்டித் தொங்கும் வாளி. பன்னிரண்டு சுடுகாட்டில் ஒன்று கல்லறைகளால் நிரம்பிய கிறிஸ்தவர்களுக்கான சுடுகாடு. இன்னொன்று புதைக்க மட்டுமே செய்யும் சாதிய வழக்கமுள்ளவர்களின் சுடுகாடு. மற்ற பத்திலும் புகை வந்துகொண்டிருக்கும்.

காற்று கிழக்கிலிருந்து மேற்கே வீசும்போது பாலிடெக்னிக் கல்லூரி முழுவதும் புகை மண்டியிடும். முதலாமாண்டு மாணவர்கள் பழக்கமில்லாததால் மூக்கைப் பொத்திக் கொள்வார்கள். மற்ற பையன்களுக்கு பிணவாடைப் பழகிப்போயிருக்கும். எல்லாம் பத்து நாளைக்குத்தான். பிறகு எல்லாம் சரியாய்ப் போகும்.

மொதல்ல வந்த புதுசுல நானும் ஒன்ன மாதிரிதான். ஓராட்ட வாந்திகூட எடுத்தேன். இப்போ அந்த வாடை பழகிப் போச்சு. ஒரு நாளைக்கு அந்த வாடை இல்லன்னா எதையோ இழந்த மாதிரி இருக்கு. நல்லா இழுத்து மூச்சுவிடு. ஏம்னா நாளைக்கு உன்னைய எரிக்கும்போதும், இதே வாட வாசனைதான் வரும். வித்தியாசமே கெடையாது. லோகத்துக்கே பொதுவாசனை இது ஒண்ணுதான். அதாவது உன்னையவே நீ முகர்ந்து பார்க்கும் வாசனை" (ப.111). கஸ்பார் என்ற மாணவன் சொன்னதும் கருத்தமுத்து மூக்கை நன்றாக உள்ளிழுத்தான். பழக்கப்பட்ட வாசனையாய் மாறிக்கொண்டிருந்தது பிணவாடை. ஹாஸ்டலுக்கும் பன்னிரெண்டாவது சுடுகாட்டுக்கும் இடையில் இருந்த சுவரில் ஒரு ஆள் போய்வரும் அளவிற்கு ஓட்டை போட்டு வைத்திருந்தார்கள் மாணவர்கள்.

விடுதியில் நடப்பதைச் சுடுகாட்டிலிருந்தும் சுடுகாட்டிலிருந்து விடுதியில் நடப்பதையும் பார்க்கமுடியும். பன்னிரெண்டாவது சுடுகாட்டில் பிணம் எரிக்கும் அரியானுக்கும் ஹாஸ்டல் மாணவர்களுக்கும் நல்ல பழக்கம் இருந்தது. பிணம் எரிக்கும்போது அரியான் இழுக்கும் கஞ்சாபீடியை வாங்கி மாணவர்களும் இழுத்துவிடுவார்கள். கஞ்சாவாடையும் பிணவாடையும் சேர்ந்து அவர்களுக்குள் இறங்கும்.

இப்புதினத்தின் தலைமைப் பாத்திரம் கருத்தமுத்து. உருளைக்குடி கிராமத்தில் வசிக்கும் பெரியதாயி, இருளாண்டித் தம்பதியரின் மகன் கருத்தமுத்து. இவனுக்குப் பதிமூன்று வயதிலிருந்து கதை ஆரம்பிக்கிறது. எட்டாம் வகுப்பு முடித்து கோடைவிடுமுறையில் வீட்டில் இருக்கும் கருத்தமுத்து தாயுடன் தோட்டத்திற்குச் செல்கிறான். தோட்டத்தில் தாய் தண்ணீர் பாய்ச்சுகையில் விளையாடிக் கொண்டிருப்பான்.

பூச்சிகள், பறவைகள் ஒன்றையொன்று முதுகில் சுமந்து செல்வதையும், ஒன்றுமேல் ஒன்று ஏறிச் சண்டை போடுவதையும் காட்டிக் 'கல்லை எடுத்து எறிஞ்சி வெரட்டட்டாமா' என்கிறான். இப்ப சண்டை முடுஞ்சி சமாதானம் ஆகிரும் என்கிறாள் தாய்.

உயிரினங்களுக்குரிய இயல்பூக்க உணர்வான பாலியல் உணர்ச்சியைக் கதையின் தொடக்கத்திலேயே ஆசிரியர் நிகழ்வினூடாகக் கோடிட்டுக் காட்டிச் செல்கிறார்.

சேவல் கோழியை மிதித்துக் கொண்டையில் கொத்துவத்தைக் கண்ட சிறுவன் கருத்தமுத்து சேவலை விரட்டுகிறான். கிராமத்துப் பெண்கள் கேலிபேசிச் சிரிக்கிறார்கள். சித்தப்பா வீட்டில் தூண்டில் எடுக்கச் சென்றவன் வெளியில் ஓடிவந்து அம்மாவிடம் சித்தப்பாவும் சித்தியும் மல்லுக்கட்டுவதாகச் சொல்கிறான். பாலியல் இன்பத்தில் திளைத்திருந்தமை அறியாத சிறுவன் சொன்னதைப் பெண்கள் காடுகரையில் 'மனுசரா மாடா ஆடுமாட்டுக்கும் நமக்கும் வித்தியாசம் வேண்டாமா' எனப் பேசிச் சிரிக்கின்றனர்.

கருத்தமுத்து எட்டாம் வகுப்பு தேர்ச்சி பெற்றதும் இருளாண்டி கோவில்பட்டியில் ஒன்பதாம் வகுப்பு சேர்த்துவிட்டார். விடுதியில் இடம் கிடைக்கும் வரை தோட்டிலோவன்பட்டியில் உள்ள சித்தி வீட்டில் இருந்து பள்ளிக்குச் சென்றான். தாமஸ்நகரில் இருந்து வரும் ராயப்பனுக்கும் இவனுக்கும் நல்ல நட்பு உண்டானது. ஒருநாள் சித்தியிடம் சொல்லிவிட்டு கருத்தமுத்து ராயப்பன் வீட்டுக்குச் சென்றான். ஹாஸ்டலில் இருவருக்கும் இடம் கிடைத்துவிட்டதை ராயப்பன் அந்தோணியம்மாளிடம் சொல்லி சந்தோசப்பட்டான்.

அந்தோணியம்மாள் வெளியில் சென்று விட்டாள். வீட்டிலிருந்த ஜெஸ்ஸி அக்காவிடம் கருத்தமுத்துவைப் பார்த்துக் கொள்ளும்படி சொல்லிவிட்டு சர்ச்சுக்குச் சென்றான். ஜெஸ்ஸி உபதேசியார் மகன் வின்சென்ட் உடன் ஓடிப்போய் ஒரு மாதம் கழித்து வீட்டிற்கு வந்து சேர்ந்தாள்.

"கலங்காதிரு. ஓடிப்போன உன் மகளை மீட்டுக்கொண்டு வந்த கர்த்தருக்கு நன்றி சொல். மாயமாகிப் போய்விட்டாலோ அல்லது மடிந்து போய்விட்டாலோ உன்னால் என்ன செய்யமுடியும். மரியாவிடம் போய் நன்றி கூறு." உபதேசியின் பிரசங்கத்தால் மனத்தெளிவடைந்து மகளை ஏற்றுக்கொண்டாள்.

கணவனைப் பிரிந்து வாழும் அந்தோணியம்மாளுக்குப் பாதரும் அவரின் பிரசங்கமும் துணையாய் இருந்தது. பாதரின் கூற்று அவளுக்குப் புதுத்தெம்பை அளித்தது. தனித்திருந்த ஜெஸ்ஸிக்கு கருத்தமுத்துவின் வாளிப்பான உடல்மீது ஆசைவந்தது. தன் இச்சை உணர்ச்சிக்குத் தீனியாக ஜெஸ்ஸி கருத்தமுத்துவைக் கட்டி

அணைத்தாள். சிறுவனால் உதறித்தள்ள முடியவில்லை. தடுக்கவும் அவனால் இயலவில்லை.

சித்தியின் வீட்டிற்கு வந்தும் அவள் நினைவிலிருந்து மீளவில்லை. பேயறைந்ததுபோல் இருந்ததைக் கண்டு கருத்தமுத்துவின் தந்தை அவனை உலுக்கினார். உடம்பைத் தொட்டுப் பார்த்தார். தெரியாத இடத்தில் நேற்று தங்கியதால் ஒரு மாதிரி இருக்கான் என்று சித்தி சொன்னாள். மறுநாள் காலையில் மாடசாமி கோயிலில் திருநீறு பூசிவிட்டு ஹாஸ்டலில் கொண்டுபோய்ச் சேர்த்துவிட்டு பஸ் ஏறி ஊருக்குச் சென்றார்.

ராயப்பன் வாரம் தவறாமல் சர்ச்சுக்குப் போகக் கூடியவன். ஹாஸ்டலுக்கு வந்ததிலிருந்து சர்ச்சுக்குப் போகவில்லை. கடைசி ஞாயிறு எப்ப வரும் என எதிர்பார்த்துக் கொண்டிருந்தான். தங்களுக்குத் தேவையான பொருட்களை வாங்கிக் கொண்டு ராயப்பனும் கருத்தமுத்துவும் தாமஸ்நகருக்கு வந்தார்கள். ராயப்பனின் பின்னால் வந்த கருத்தமுத்து ஜெஸ்ஸியைத் தன் மனதில் சுமந்துகொண்டே வந்தான். வீட்டிற்குள் சென்றதும் ராயப்பன் பாதரைப் பார்க்கச் சென்றுவிட்டான். அந்தோணியம்மாளும் கடைக்குச் சென்றுவிட்டாள்.

அரிசி உலையில் கொதிப்பதையும் மறந்து மரப்பான் பூச்சியை வைத்து விளையாடுவதுபோல் ஜெஸ்ஸி கருத்தமுத்துவை வைத்து விளையாடினாள். இருவரும் அந்தோணியம்மாளிடம் ஆசீர்வாதம் வாங்கிக் கொண்டு ஹாஸ்டலுக்குக் கிளம்பினர்.

வாட்ச்மேன் காளிமுத்துவுக்கும் மாணவர்கள் விடுதியில் கூட்டிப் பெருக்கும் கருப்பிக்கும் இருந்த ரகசியத் தொடர்பு, பதினொன்றாம் வகுப்புப் படிக்கும் விடுதித் தலைவன் செல்லையாவுக்கும் துணிகளைத் தேய்த்துக் கொடுக்கும் மாரி என்பவளுக்கும் இருந்த தொடுப்பு இப்படி கருத்தமுத்து தங்கியிருந்த விடுதியில் ரகசியத் தொடர்புகள் இருந்தன.

குறுக்குப் பாதை வழியாகப் பள்ளிகூடம்விட்டு வருகிற வழியில் கிடங்கிற்குள் ஒரு ஆணையும் பெண்ணையும் பிரித்தறிய முடியாத நெருக்கத்தில் கண்டது இப்படியான சூழலுக்கிடையில்தான் கருத்தமுத்துவின் உயர் பள்ளிப் படிப்பு போய்க்கொண்டிருந்தது.

ஜெஸ்ஸியின் தாய் அந்தோணியம்மாளுக்கும் அடைக்கலம் பாதருக்கும் தொடர்பு இருப்பதாக ஊரே பேசியது. ஜெஸ்ஸி

இதுகுறித்து தாயிடம் கேள்வி கேட்பதுண்டு. உண்மையைத் தான் ஊரும் பேசுகிறது என்று மகளும் நினைத்தாள். தாயிடம் ‘பாதருடன் தொடர்பு இல்லையென்று பைபிளில் சத்தியம் பண்ணு’ என்றதும் அந்தோணியம்மாள் அமைதியானாள்.

“பாதருடன் நீ தொடர்பு வைத்திருப்பதைப் பார்த்துத்தான் எங்கப்பன் வேதக்கோயிலே வேண்டாம்னு போயிட்டான்” என்று ஜெஸ்ஸி கூறியதும் உறைந்துபோனாள். பத்தாம் வகுப்பு தேர்ச்சியடைந்த பிறகு ஒருநாள் கருத்தமுத்து ஜெஸ்ஸியின் வீட்டிற்கு வந்தான். ஜெஸ்ஸி அவனுடன் கோபித்துக்கொண்டாள். கிடைத்த நேரத்தில் கருத்தமுத்துவைத் தன்மடியில் வளைத்துப் போட்டாள்.

தூத்துக்குடியில் பாலிடெக்னிக் கல்லூரியில் கருத்தமுத்து சேர்ந்தான். இராயப்பன் கல்லூரியில் சேர்ந்து பயின்றான். பஞ்சாலையில் வேலைசெய்யும் ஜெஸ்ஸி அங்கு தயாரிக்கும் தலையணைகளை ஏற்ற ரிக்ஷா கொண்டுவரும் ஜெயபாலை விரும்பிக் கல்யாணம் பண்ணிக்கொண்டாள். தூத்துக்குடியில் செயின்ட்மேரி பாலிடெக்னிக்கில் சேரவந்த கருத்தமுத்துவை இராயப்பன், அக்கா ஜெஸ்ஸி வீட்டிற்கு அழைத்துச் சென்றான். நல்லகுணம் படைத்தவன் ஜெயபால். கருத்தமுத்துவை ரிக்ஸாவில் வைத்து தூத்துக்குடியைச் சுற்றிக் காட்டிக்கொண்டே பாலிடெக்னிக் கல்லூரியில் கொண்டு வந்துவிட்டான்.

தவறான நடத்தையில் ஈடுபடும் ஆணும் பெண்ணும் கல்லூரிக்குப் பக்கத்தில் உள்ள சுடுகாட்டுப்பக்கம் ஒதுங்குவது உண்டு. அது தெரிந்தாலும் தண்டிக்க இயலாது. வாடிக்கையாக ஆண்கள் கூட்டிவரும் மஞ்சக்குருவி என்கிற பெண். இதையெல்லாம் பிணம் எரிக்கும் அரியான் கண்டு கொள்வதில்லை. ஆனால், கோட்டியாய் அலையும் பழனியை இச்சைக்குப் பயன்படுத்திக் கொள்ள முயன்ற மூன்று பேரை அடித்து உதைத்து போலீசில் பிடித்துக் கொடுக்கிறான். இச்செயல் அரியானின் இரக்க உணர்வைக் காட்டுகின்றது.

ஞாயிற்றுக் கிழமைகளில் ஞான போதனை வகுப்பு நடக்கும் செயின்ட் மேரிஸ் கல்லூரியில் விலங்கியல் பேராசிரியராகப் பணிபுரியும் ஏஞ்சல் சிஸ்டர் ஞானபோதனை வகுப்பு எடுக்க வந்தார். ஞானபோதனை வகுப்பிற்குக் கருத்தமுத்து செல்வதே இல்லை. காணிக்கைராஜ் பாதர் கொடுக்கும் தண்டனையையும்

ஏற்றுக் கொண்டான். ஏனோ அவனுக்கு சிஸ்டரைப் பிடிக்கவில்லை. ஏஞ்சல் சிஸ்டர் கருத்தமுத்துவைக் கூப்பிட்டுப் பேசினாள். ‘ஏன் சிஸ்டர் நீங்க பைபிளைப் பற்றித்தான சொல்லப்போறீங்க’ என்றான். ‘பைபிளைப் பற்றி உனக்கு என்ன தெரியும்?’ என்றாள். அவனோ பைபிளின் வாசகங்களில் சொல்லப்பட்ட கதைகளை அழகாக ஏஞ்சலிடம் விளக்கிச் சொன்னான். பின்னர் இருவரும் நல்ல நண்பர்களாகினர்.

கருத்தமுத்து படிக்கும் புத்தகங்களை வாங்கிக் கொண்டுபோய் படிப்பாள். பள்ளியில் படிக்கும் போது பாண்டியன் என்பவன் மீது ஏஞ்சலுக்கு விருப்பம் இருந்தது. டீச்சர் ட்ரெய்னிங் படிக்கச் சென்றுவிட்ட பாண்டியனை உயர் படிப்புக்கு வந்த ஏஞ்சலால் பார்க்க முடியவில்லை. உயர் படிப்பு படிக்கும் ஏஞ்சல் தன்னைப் பார்ப்பது நல்லதல்ல என நினைத்துச் சந்திப்பதைத் தவிர்த்தான். அதன்பிறகு தன்னைத் தனிமைப் படுத்திக்கொண்டாள். கன்னியாஸ்திரியாகி சேவை செய்து கொண்டிருந்தாலும் கருத்தமுத்துவைப் பார்ப்பதும் அவனுடன் பழகுவதும் ஏஞ்சலுக்குப் பிடித்திருந்தது.

கன்னியாஸ்திரிகள் ஒவ்வொருவருக்கும் துறவை மேற்கொள்ள ஒவ்வொரு காரணங்கள் இருந்தன. அக்கா பிரசவத்தின்போது மரணித்த சம்பவத்தால் துறவை மேற்கொண்ட புஷ்பம் சிஸ்டர். காதல் கை கூடாமல் போனதால் மனம் வெறுத்து, ஒப்பனையை விட்டு, கடவுளைத் துதித்து, காதல் மறக்கத் துறவைக் கையில் எடுத்த ஏஞ்சல். திருமணம் நிகழாமலேயே குழந்தை பெற்றதை மறைக்க துறவுக்குள் நுழைந்த ரீட்டா சிஸ்டர். இப்படி இருட்டடிக்கப்பட்ட இவர்களின் ஆசைகள் வெள்ளாடைகளுக்குள் மறைந்து கிடந்தன.

கருத்தமுத்து உடனான நட்பு அவள் மனதை அசைத்தது வாட்ச்மேன் லீவு என்றால் பாலிடெக்னிக் பையன்கள் வந்து விடுதியில் காவலுக்குப் படுப்பதுண்டு. கருத்தமுத்து இரவுக் காவலுக்குப் பலமுறை விடுதிக்கு வந்திருக்கிறான். அப்போதெல்லாம் ஏஞ்சலுக்கு மனம் ரெக்கை கட்டிப் பறக்கும். ஆனாலும் ரீட்டா சிஸ்டருக்குப் பயந்து கொண்டு வெளியில் காட்டிக் கொள்ளாமல் அமைதியாக விடுதியில் நடமாடினாள்.

ரீட்டாவின் கொடுமையான நடவடிக்கைகளால் ரேஷ்மா சிஸ்டர் பைத்தியம் ஆனாள் என்று மற்ற கன்னியாஸ்திரிகள் நினைத்தனர். ஆனால், தவறான ஒழுக்கத்தால் குழந்தை பெற்றுக் கொண்டு

ஆனவள். உண்மை தெரிந்த ரேஷ்மாவை அடைத்து வைத்துக் கொடுமைப்படுத்தினாள் ரீட்டா சிஸ்டர்.

வார்த்தைக்கு வார்த்தை கருத்தமுத்து ஏஞ்சல் சிஸ்டரைப் பெயர் சொல்லி அழைத்தபோதும், நீ நான் என்று ஒருமையில் பேசியபோதும் அவள் கோபப்படுவதே இல்லை. கருத்தமுத்து படிப்பை முடித்துவிட்டு துறைமுகத்தில் வேலைக்குச் சேர்ந்தான். கன்னியாஸ்திரிகளுக்குத் தெரியாமல் கருத்தமுத்துவை வெளியில் சந்தித்தாள். ஒருநாள் அவனுடன் துறைமுகத்திற்கு வந்தபோது நிலக்கரி இறக்கும் இடம் என்பதால் உடுப்பெல்லாம் கரையாகிவிட்டது. கருத்தமுத்துவிடம் சேலை வாங்கித் தந்தால் கட்டிக் கொள்வதாகக் கூறுகிறாள்.

தன்னை இறைவனிடம் ஒப்புக் கொடுத்தவளால் இன்று துறவை ஏற்றுக் கொண்டு வாழ்க்கையைத் தொடர இயலாமல் மனம் அலைக்கழிந்தது. மதத்திற்கும் காமத்திற்கிற்கும் இடையில் மனம் போராடியது. இறுதியில் காதலே வென்றது. ஏஞ்சல் சிஸ்டர் தன்னுடைய கல்லூரிப் பேராசிரியர் பணியை ராஜினாமா செய்தாள். கன்னியாஸ்திரியாக இருப்பதிலிருந்து விலகிக் கொள்வதாகவும் தன் சபையில் இருந்தும் விலகிக் கொண்டு இயல்பு வாழ்க்கை வாழப்போவதாகவும் கடிதம் கொடுத்தாள். தோணித்துறையில் உருவாக்கிய பாலர்பள்ளியில் டீச்சராகப் பணியாற்ற இசைவு தந்தாள். ‘டேய் முத்து இனிமே என்னைய சிஸ்டர் சிஸ்டர்னு கூப்பிடாதடா’ என்றாள். நல்லதா போச்சு. ஏஞ்சல்... ஏஞ்சல்.. என்று பெயர்சொல்லி அழைத்தான்.

வெள்ளை உடுப்பைக் கழற்றியதால் தனக்கான உடைகளை ஜவுளிக்கடைக்கு கருத்தமுத்துவுடன் சென்று வாங்கினாள். “ஏஞ்சல் முதல் முறையாகத் தன்னை அளவெடுத்தாள். தனக்கு இப்படியொரு உடல் இருப்பதையே நினைத்துப் பார்த்தாள். பூக்களைப் பல வண்ணங்களில் படைத்துப் பூக்க வைத்த இறைவன், அதன் நிறத்தையும், அழகையும், வாசனையையும் நுகரவிடாமல் பார்க்கவிடாமல் ஆடைகொண்டு மூடிவைப்பானா. அப்படியானால் அந்தப் பூவை ஏன் படைக்க வேண்டும்.

பூ என்றால் பூப்பது மட்டும்தானா. பிஞ்சாக வேண்டாமா, காயாகிக் கனியாக வேண்டாமா வம்ச விருத்திக்கான விதைகளைப் பூமியில் விதைப்பது யாரோ.” மனதிற்குள் நினைத்தாள். குழந்தைகளுக்கு

'அறப் செய்ய விரும்பு' என்று சொல்லிக் கொடுத்தாள். குழந்தைகள் பாடம் படிக்கும் சத்தம் கடலலைகளோடு சேர்ந்து ஒலித்தது என்று புதினத்தை முடித்திருக்கிறார்.

இயல்பூக்க உணர்ச்சி (life instinct)

பாலியல் உணர்ச்சி எல்லா உயிரினங்களுக்கும் இருக்கக்கூடிய இயல்பூக்க உணர்ச்சி (life instinct) ஆகும். மனிதன் பேசும் விலங்காக இருந்தாலும் அவனுக்குரிய ஆறாவது அறிவின் தன்மையால் பாலியல் செயல்பாட்டை ஒரு கட்டுக்குள்வைத்து அதன்படி வாழ்கிறான்.

சமூகம் விதித்திருக்கும் கட்டுப்பாடுகளை மீறி மனிதன் நடக்கும்போது குற்றம் புரிந்தவன் ஆகிறான். இயல்பூக்கம் ஒரு பொருளைக் கவனிக்கின்றது. பின்னர் அதனால் எழும் உள்ளக்கிளர்ச்சியை உணர்கின்றது. அதன்பின் அதனை அடைவதற்கான ஒரு செயலைப் புரிகின்றது. உதாரணமாக, பசி உண்டானதும் உடலின் தேவையை அறிகின்றோம். பிறகு உணவு வேண்டும் என்ற உணர்ச்சி உண்டாகின்றது.

பசியைப் போக்குவதற்கு உணவுப் பொருளை எடுத்து உட்கொள்கிறோம். இயல்பூக்கம் இவ்வாறு செயல்படுகிறபோது அங்கு அறிவு, உணர்ச்சி, முயற்சி என்ற மூன்று கூறுகளும் பங்காற்றுகின்றன. பசி, தாகம் போன்று பாலியல் இச்சை உணர்வும் இயல்பூக்கச் செயலாக அமைகின்றது.

அகால மரணங்கள், விலங்குகளால் தாக்கப்படுதல், இயற்கைச் சீற்றங்களினால் ஏற்படும் அழிவுகள் இதுபோன்று நிகழும் மரணத்தைக் கண்டு அஞ்சிய மனிதன் மரணத்தில் இருந்து தன்னைப் பாதுகாக்க வேண்டி வல்லமை கொண்ட ஒருவனை இறைவனாகப் படைத்தான். தான் விரும்பிய வடிவில் சிருஷ்டிக்கிறான். வல்லமையுடைய இறைவனை வழிபட்டால் தனக்கு ஆறுதல் கிடைக்கும் என நம்பினர். மனிதன் இறைவனைப் படைத்தான். அதன் வழியில் மதமும் தோன்ற ஆரம்பித்தது.

"மதத்தின் சித்தாந்தம் அது ஆரம்பித்த கால கட்டத்தின் முத்திரையைத் தாங்கி நிற்கிறது. அதாவது, மனிதகுலம் அதன் குழந்தைப் பிராயத்தின்போது அறியாமையில் மூழ்கி இருந்த நிலையில் உருவானவையே மதக்கோட்பாடுகள். அது அளிக்கும் ஆறுதல் நம்பக்கூடியவை அல்ல. உலகம் ஒரு மழலையர் பள்ளி

என்பதை அனுபவம் நமக்குக் கற்றுக் கொடுக்கிறது... மனிதனின் படிமலர்ச்சிப் பாதையில் மதத்துக்கு ஒரு இடம் ஒதுக்கப்படுவதானால் அது ஒரு நிலைபேறு கொண்ட அடைவாக இருக்காது.

மாறாக, மனிதன் அவனது குழந்தைப் பருவத்திலிருந்து முதிர்ச்சி பெற்ற நிலையை நோக்கிப் போகும் பாதையில் ஏற்பட்ட உளவழி நரம்பு நோய்க்கு நிகராக இருக்கும்" என்று ப்ராய்டு கூறுகிறார். இயற்கையின் அச்சுறுத்தல்களிலிருந்து தற்காத்துக்கொள்ள மனிதன் கற்பித்துக் கொண்டவைகளாக மறுபிறப்பு, ஆன்மா அழிவில்லாதது என்பன போன்ற மதத்தின் சித்தாந்தங்கள் உருவாக்கப்பட்டன. இறைப் பணிக்காகத் தம்மை ஒப்புக் கொடுத்த துறவிகளின் மனங்களுக்கும் மனித உடம்பின் தேவைகளுக்கும் இடையில் நடக்கும் போராட்டத்தை விவரிப்பதாக இப்புதினம் அமைகிறது.

ஊடகங்களில் இன்று பேசுபொருளாக இருப்பது மதம். கேரளாவில் 15 வருடம் கன்னியாஸ்திரியாக இருந்து, பின் அதிலிருந்து வெளிவந்த ஒருவரால், "கர்த்தரின் நாமத்தினாலே ஆமென்" என்னும் நாவல் எழுதப்பட்டிருக்கிறது. பாமா என்பவர் கன்னியாஸ்திரியாக இருந்து எழுத்தாளராக மாறியவர். ஆனால், அதைப் பற்றி ஒரு கதை கூட எழுதவில்லை. எல்லோரும் மிகவும் பாதுகாப்பாக வாழ்கிறார்கள். ஆனால் அவர்களின் பேச்சு எல்லாமே மதம் மதவாதம் என்று இருக்கும்.

"மதவாதம் என்றால் என்ன என்பது பற்றி யாரும் பேசுவதோ எழுதுவதோ கிடையாது. நான் ஒரு மடத்தில் பதினைந்து வருடங்கள் இருந்தேன். அது பாதுகாக்கப்பட்ட பகுதி. அதைப் பற்றி எழுதமுடியும்? நான் அங்கு இருந்ததால் அதுபற்றி என்னால் எழுத முடிந்தது.

பதிமூனாவது மையவாடி நாவலில் வரும் கருத்தமுத்து என்ற கதாபாத்திரம் நான்தான். இன்றும் வாழ்ந்து கொண்டிருக்கிற பாதிரியார்கள், கன்னியாஸ்திரிகள் பெயர்களைப் பதிவுசெய்திருக்கிறேன். அது அத்தனையும் உண்மை. 90 சதவீதம் அந்த நாவலில் கற்பனைக்கு இடமே இல்லை. எதையும் எதிர்கொள்ளத் தயாராக உள்ளேன். ஒரு மதத்தை எழுதும்போது விமர்சனங்கள் வரத்தான் செய்யும். சாதியையும் மதத்தையும் அரசியலுக்காகச் சம்பாத்தியம் செய்வதற்காகப் பயன்படுத்துகிறார்கள். யாராலும் சாதியையும் மதத்தையும் ஒழிக்க முடியாது" என்று தர்மன் மையவாடி நாவல் குறித்துப் பதிவு செய்கிறார்.

வௌவால் தேசம் (2022)

சோ.தர்மனின் ஐந்தாவது நாவல் வௌவால் தேசம். பதினெட்டாம் நூற்றாண்டின் இறுதியில் ஆங்கிலேய அரசின் அதிகாரிகள் தங்களின் அரசுக்கு உண்மையான விசுவாசிகளாகப் பணிபுரிந்த திறத்தையும் நாடு கண்முன் சூறையாடப்படுவது கண்டு தேசம் காக்கத் துடிக்கும் பற்றாளர்களையும் குறித்து இந்நாவல் விரிவாக எடுத்துரைக்கின்றது. ராணுவத் தளபதியாகப் பணியாற்றியவர் கர்னல் வேல்ஸ் துரை. ஆங்கில அரசின் முக்கியப் பொறுப்பில் இருந்தாலும் வேறுபட்ட வாழ்வியல் சூழலில் வசிக்கும் மக்களின் கலாச்சாரம் அவருக்குப் பிடித்துப் போனது.

திருநெல்வேலியில் பணியாற்றிய காலங்களில் அங்குள்ள மக்களின் வாழ்வியலைத் தன்னுடைய நாட்குறிப்பில் எழுதி வந்தார். இவரைப் பற்றி எழுத்தாளர் சோ.தர்மன் பின்வருமாறு அறிமுகம் செய்கிறார். “பாஞ்சாலங்குறிச்சி மேல் படையெடுத்து வந்த கும்பினிப் பட்டாளங்களுக்குக் கைதேர்ந்த தளபதிகள் பலர் அமைந்திருந்தனர். அவருள் ஜெனரல் வேல்ஸ் என்பவர் சிறந்த குணசாலி. நிறைந்த பெருந்தன்மையுடையவர். நல்ல கல்விமான். போர் முறைகளைக் கூர்மையாகப் பழகியிருந்தாலும் இளகிய நீர்மையான நெஞ்சமுடையவர்.

பாஞ்சைப் போர் நிலையை ஆதியிலிருந்து அந்தம் வரையும் உடனிருந்து நேரே கண்டவர். நாளும் தவறாமல் குறிப்புகள் எழுதி வந்தவர். அவர் இந்தியாவை விட்டு சீமைக்குப் போன பின்பு தாம் எழுதி வைத்திருந்த வரலாறுகளை எல்லாம் தொகுத்து ஒரு புத்தகமாக வெளியிட்டருளினார்” என்று குறிப்பிடுகிறார்.

ஆங்கிலேயர்க்கு எதிராகச் செயல்பட்டாலோ அல்லது வீரபாண்டிய கட்டபொம்மனைப் பற்றி புகழ்ந்து பாடினாலோ அல்லது பேசினாலோ அவர்களை ஆங்கில அரசின் ராணுவம் கொன்று விடும். கந்தசாமிப் புலவர் கட்டபொம்மனைப் புகழ்ந்து பாடியதால் அவரைக் கொல்ல வேண்டும் என்றபோது சித்தன் என்பதால் அவரை மாஞ்சோலை எஸ்டேட்டில் விட்டுவிடுகின்றனர்.

துரைகளுக்கு மொழிபெயர்ப்பாளராக (துபாஷி) கிட்டுப்பிள்ளை பணியாற்றினார். இவருடைய பணி துரைகளுக்குத் தமிழை ஆங்கிலத்தில் மொழிபெயர்த்துக் கூறுவதாகும். கிட்டுப்பிள்ளை துரைகளுக்குத் தெரியாத திருநெல்வேலி வட்டாரம் குறித்த

அனைத்துச் செய்திகளையும் எடுத்துக்கூறுவார். தமிழ் மொழி தெரியாது என்பதால் கிட்டுப்பிள்ளையின் உதவியுடன் வீரபத்திரப் பிள்ளையிடம் தமிழ் கற்கின்றார்.

வீரபத்திரப் பிள்ளையிடம் கெட்ட வார்த்தைகளைச் சொல்லிக் கொடுக்கும்படி சொல்கிறார் கிட்டுப்பிள்ளை. வேல்ஸ் துரை பேசுவதைக் கேட்டு கிட்டுப்பிள்ளைக்குச் சிரிப்பாணி பொங்குகிறது. புதினத்தில் கலகலப்பான பகுதியாக இது அமைகிறது. இங்குள்ள மக்கள் தெய்வத்தின் மீது வைத்திருந்த நம்பிக்கையை எண்ணி வேல்ஸ் துரை வியக்கிறார்.

ஊமைத்துரை ஜெயிலிலிருந்து தப்பிச் சென்று தனக்காக ஒரு கோட்டையைக் கட்டினான். அந்தக் கோட்டை யாரும் நுழைய முடியாத அளவிற்கு இருந்தது. இதனை அறிந்த வேல்ஸ் துரை தன் பீரங்கிப் படைகளோடும் வீரர்களோடும் ஊமைத்துரை மீது போர்த்தொடுக்கச் செல்கிறார்.

கோட்டைக்குள்ளிருந்து வந்த குலவைச் சத்தத்தைக் கேட்ட துரை பீரங்கிகளின் சத்தத்தை விட அதிகமாக இருக்கிறது. ஊமத்துரை ஏதோ வித்தியாசமான பீரங்கி வைத்திருக்கிறான் என நினைக்கிறார். கிட்டுப்பிள்ளையிடம் இது என்ன சத்தம் எனக் கேட்கிறார். பெண்கள் எல்லாரும் போடக்கூடிய குலவை வேறொன்றுமில்லை எனக் கூறுகின்றார். குலவை சத்தம் கேட்டிராத வேல்ஸ்துரை அதை சைரன் சத்தம் என எண்ணிக்கொள்கிறார்.

வேல்ஸ்துரை சைரன் சத்தத்தை உடனே பார்க்க வேண்டும் எனக் கூறியவுடன், கிட்டுப்பிள்ளை வேல்ஸ் துரையை ஒரு கிராமத்திற்கு அழைத்துச் செல்கிறார். அங்கு செல்லும் வழியில் தொளிக் கலக்கியுள்ள வயலில் பெண்கள் வரிசையாக நின்று நடவு செய்து கொண்டிருப்பதைப் பார்த்ததும் வண்டியை நிறுத்தச் சொல்கிறார் கிட்டுப்பிள்ளை. வேல்ஸ் துரையும், கிட்டுப் பிள்ளையும் வருவதைப் பார்த்த வெள்ளைச்சாமிக் குடும்பன் ப்யந்து அவர்கள் அருகில் வந்தான். அவர்கள் அருகில் செல்லும் போது நாற்று முடிகள் எடுத்துக் கொண்டிருந்த தன் மகனையும் அழைத்துச் செல்கிறார்.

கிட்டுப் பிள்ளையைப் பார்த்த வெள்ளைச்சாமிக் குடும்பன் தன் தலையில் உள்ள தலைப்பாகையை எடுத்து இருவருக்கும் வணக்கம் கூறினான். கிட்டுப்பிள்ளையை வெள்ளைச்சாமிக்

குடும்பனுக்குத் தெரியும் என்பதால் அவரிடம் நலம் விசாரித்தார். பின் கிட்டுப்பிள்ளை வெள்ளைச்சாமிக் குடும்பனிடம், 'வேல்ஸ் துரை பீரங்கிய பார்க்க வேண்டும் என்றதால் இங்கு அழைத்து வந்தேன்' என்றதும், 'வெள்ளைக்காரர்களிடம்தான் பீரங்கி இருக்கும். இங்கு எப்படி இருக்கும்' என்று சொல்லி வெள்ளைச்சாமிக் குடும்பன் சிரிக்கிறான்.

கிட்டுப்பிள்ளையும், வேல்ஸ்துரையும் வரப்பின் மேல் நிற்க, சகதிக்குள் நின்ற வெள்ளைச்சாமிக் குடும்பனும் அவனுடைய மகன் திருக்கோடிக் குடும்பனும் நடவு செய்து கொண்டிருந்தப் பெண்களை வரச்சொல்லி கையசைக்கிறார்கள். கால் தண்டைகள் தெரிய கெண்டைக் காலுக்கு மேலே சீலை கட்டியிருந்த அந்தப்பெண்கள் சகதிக்குள் மெல்ல நடந்து வந்தனர். வேல்ஸ் துரை பொறுமை இழந்தவராய்ப் பீரங்கியைக் கிட்டுப் பிள்ளையிடம் கேட்டார். 'உங்கள் முன்னால் வந்து கொண்டிருக்கும் பெண்கள்தான் பீரங்கிகள்' என்று கூறியதும் வேல்ஸ் துரை என்ன என்பதுபோல் பார்த்தார்.

பெண்கள் அனைவரும் வந்து இவர்களின் முன்னால் நின்றனர். திருக்கோடிக் குடும்பனும், வெள்ளைச்சாமிக் குடும்பனும் பெண்களிடம் சைகை காட்டியவுடனே ஒரே நேரத்தில் சத்தமாகக் குலவையிட்டனர். இதைப் பார்த்த வேல்ஸ் துரையால் நம்ப முடியவில்லை. மீண்டும் பெண்கள் அனைவரும் குலவையிட்டவுடன் வேல்ஸ் துரை கைதட்டிச் சிரிக்கிறார். எல்லாப் பெண்களும் நடவு வேலை செய்ய திரும்பிக் கொண்டிருந்தார்கள். வெள்ளைச்சாமிக் குடும்பனும், திருக்கோடிக்குடும்பனும் வேல்ஸ் துரையிடம் உத்தரவு வாங்கிக் கொண்டு வயலுக்குத் திரும்புகின்றனர்.

கோயிலில் மக்கள் பூக்கட்டிப் போட்டுப் பார்ப்பதைப் பார்த்து வேல்ஷ் துரை கிட்டுப்பிள்ளையிடம் வினவுகிறார். அவர்களின் நம்பிக்கை அந்தப்பூவுக்குள் மறைந்திருப்பதாகக் கூறுகிறார். நீங்களும் போரில் வெற்றி பெறுவோமா என்று அய்யனார் கோவிலில் பூக்கட்டிப் பார்ப்போம் என்று அழைத்துச் செல்கிறார். கோவில் பூசாரி சிவப்பு, வெள்ளைப் பூவினை வைத்து இதில் வெள்ளைப்பூ வந்தால் நீங்கள் வெற்றி பெறுவீர்கள் என்று கூறி வெற்றிலையில் வைத்துச் சுற்றி உருட்டிப் போட்டார். மூன்று தரம் சாமியின் தலையைச் சுற்றி வெற்றிலையைச் சிறுவன் எடுத்தான். அதில் வெள்ளைப்பூ வந்தது. நீங்க போன காரியம் நல்லபடியாக

முடிந்தால் அய்யனாரை மறந்துவிடக் கூடாது என்று பூசாரி வேண்டிக்கொண்டார்.

கிட்டுப்பிள்ளையின் மூலம் மக்களின் வாழ்வியலை அதிகமாகத் தெரிந்து கொண்டார். மக்கள் இயற்கையைத் தெய்வமாக வழிபடுவதையும், மாட்டினைத் தன் உடன்பிறந்த சகோதரனாக நினைத்துப் பழகுவதையும் நினைத்துப் பார்த்து பெருமிதம் கொண்டார்.

பாம்பினைப் பார்த்து அஞ்சுவோர் நடுவில் இங்குள்ள மக்கள் பாம்பு தன்னைத் தீண்டாது என்று நம்பினர். சங்கரன்கோயில் கோமதி அம்மன் தன்னைக் காப்பாற்றும் என்று வேல்ஸ் துரைகளிடம் கூறுகின்றனர். விவசாயம் செய்யும் மக்கள் வானிலை மாற்றங்களை அறிந்தவர்களாக இருப்பதைக் கண்டு வியந்தார்.

மழை எந்த நேரத்தில் பெய்யும், எந்த நேரத்தில் உழுவர் என்றும், எந்த நேரத்தில் அறுவடை செய்வர் என்றும் துரை ஆர்வமாகக் கேட்டுத் தெரிந்து கொண்டார். மக்களின் பழக்க வழக்கங்கள், வாழ்க்கை முறை, தொழில் முறை, தெய்வங்களை நம்பி வழிபடும் முறை, இவர்களின் ராஜவிசுவாசம் என்று அனைத்தையும் தினமும் நேரில் பார்த்து அறிந்து கொண்டார் துரை. வேட்டையாடுதல் பற்றியும் வேட்டையாடுதலில் அகப்படும் கௌதாரியை வைத்துக் கூறும் விளக்கமும் வேல்ஸ் துரையை வியக்க வைத்தது.

"முதலில் அகப்பட்ட ஆண் கௌதாரியின் சத்தம் இந்தக் காட்டில் யாராகயிருந்தாலும் சண்டைக்கு வரலாம். நான் தயார் என்று சவால் விடுகிற சத்தம்."

நாளுக்கு நாள் வேல்ஸ் துரை அதிகமான செய்திகளைக் கிட்டுப்பிள்ளையின் மூலம் அறிந்து கொண்டார். மருதன் தனக்கு விசுவாசமாக இருப்பதை எண்ணி அவன் கழுதை ஆற்றில் சென்றதற்காகப் புதியதாக இரண்டு கழுதையை வாங்கிக் கொடுக்கின்றார்.

வீரமுத்துப்புலவர், ஜமீன்தார்கள், ராஜாக்கள், செல்வந்தர்கள் மேல் பாட்டுப் பாடி அவர்கள் கொடுத்த பணத்தை வைத்து ஏழை எளிய மக்களுக்கு உதவி செய்து வந்தார். செலவு போக மீதப் பணத்தை அர்ச்சகரிடம் கொடுத்துவிட்டுப் பொதிகை மலை சென்றுவிடுகிறார். திரும்பி வந்து அர்ச்சகரிடம் பணத்தைக்

கேட்கும்போது, நீ யார் உன்னை எனக்குத் தெரியாது எனக் கூறிவிடுகிறார். மன்னனிடம் விசாரணை மேற்கொள்கிறார். விசாரித்த பின் அர்ச்சகரிடம் தெய்வத்தின் தலைமீது மூன்று முறை சத்தியம் செய்ய வேண்டும் என்று கூறுகிறார். அர்ச்சகரும் சரி என்கிறார்.

யாருக்கும் தெரியாமல் தெய்வத்தின் சிலையைத் தூக்கி மரத்தின் மீது வைத்துவிடுகிறார். புலவருக்கு ஒரு அசரீரி ஒலி கேட்கிறது. அர்ச்சகர் தெய்வத்தின் சிலையை மாற்றி வைத்ததையும் அந்த மரத்தின் மீது சத்தியம் செய்ய வேண்டும் என்றும் கூறியது.

மறுநாள் வீரமுத்துப்புலவர் மன்னனிடம் இந்த விசயத்திற்காகச் சிலையின்மீது சத்தியம் செய்ய வேண்டாம். பக்கத்திலுள்ள மரத்தின் மீது சத்தியம் செய்யட்டும் என்கிறார். மன்னனும் சரி என்று கூறுகிறார். அர்ச்சகர் முகம் மாறியது. இருந்தும் மரத்தின்மீது சத்தியம் செய்தார். பச்சை மரம் தீப்பற்றி எரிகிறது. அதோடு அர்ச்சகரும் எரிந்துவிடுகிறார். இக்கதையைக் கேட்ட வேல்ஸ் துரை ஆச்சரியப்பட்டுப்போனார்.

மரம், செடி, கொடி, படிகள், கற்கள் ஒவ்வொன்றும் அறத்தைப் போதிப்பதைக் கண்டும் மக்கள் அறவாழ்வை மேற்கொள்வதையும் கண்டு வியந்து போனார். இங்குள்ள மக்களைப் பற்றி அறிந்துகொண்ட துரை ஒருவரின் குடும்பத்தையோ, அவர்களின் வாழ்வாதாரத்தையோ, கும்பிடுகிற கோயிலையோ, பண்பாடு, கலாச்சாரத்தையோ அழிப்பது தவறு என நினைத்து மூன்று மாத விடுமுறை எடுத்துக்கொண்டு தன் நாட்டிற்குச் சென்றுவிடுகிறார்.

விடுப்பில் சென்ற துரை வேலையை ராஜினாமா செய்வதாகக் கடிதம் அனுப்புகிறார். அதைப் பார்த்து கிட்டுப்பிள்ளை ஏதோ ஒரு காரணத்திற்காகத்தான் துரை அவர்கள் வேலையை ராஜினாமா செய்திருக்கிறார் என்று நினைத்துக் கொள்கிறார். அதன்பிறகு திருநெல்வேலி ஜில்லாவிற்கு நான்கு துரைகள் வருகின்றனர். அவர்கள் கிட்டுப்பிள்ளையை ஒரு மனிதனாகக் கூட நினைக்கவில்லை. வேல்ஸ் துரை என்றால் தன்னைக் கூப்பிட்டு இருக்கையில் அமர வைத்தப் பின்னரே என்ன செய்தியாக இருந்தாலும் பேசுவார். ஆனால் இவர்கள் தன்னை ஒரு குற்றவாளியாக நிற்க வைத்துக் கேள்விகள் கேட்கின்றனர் என்று வருந்துகின்றார்.

கிட்டுப்பிள்ளைக்கு வேல்ஸ் துரையிடமிருந்து கடிதம் வருகிறது. அங்குள்ள மக்களைப் பற்றித் தான் சேகரித்த அனைத்துச்

செய்திகளையும் தன் அறையில் வைத்திருப்பதாகவும் அதை மற்ற துரைகளுக்குத் தெரியாமல் எடுத்து அனுப்புமாறும் எழுதியிருந்தார்.

கிட்டுப்பிள்ளை தனக்கென ஒரு வாழ்க்கை இல்லை என்றும், தன் பிறப்பைப் பற்றியும் நினைத்துப் பார்க்கிறார். வெயிலாட்சி கணவனை இழந்து பூ வியாபாரம் செய்பவள். சிவசங்கரன் பிள்ளை கோயிலிற்குப் பூ வாங்க அவளிடம் சென்று பின் பழக்கம் ஏற்பட்டது. அதனால் வெயிலாட்சி கர்ப்பமானாள். வெயிலாட்சியின் வயிற்றில் குழந்தை உருவானதை ஆசிரியர் புதினத்தில் பின்வருமாறு குறிப்பிடுகிறார்.

"நாசியால் நுகர்ந்த பூவாசத்தை பூக்காரி வெயிலாச்சியின் வயிற்றுக்குள் ஒளித்து வைத்து விட்டு வண்டு பறந்து போய் ஒளிந்து கொண்டது. வயிற்றுக்குள் மறைத்து வைத்த பூவாசம் பிஞ்சாகி, காயாகி, பழமாகி வேர்பிடித்துச் செடியாய் வளரத் தொடங்கியது. வெயிலாட்சி செடியின் மாசங்களை எண்ணத் தொடங்கினாள்."

அவள் கர்ப்பமானதை அறிந்த சிவசங்கரன் பிள்ளை திருக்கோடி குடும்பன் வயற்காட்டின் பக்கத்தில் உள்ள குடிசையில் தங்கினார். இதை அறிந்த வெயிலாட்சியின் அண்ணன், தம்பிகள் அரிவாளோடு திருக்கோட்டி வயக்காட்டிற்கு வந்தனர். இவர்கள் வருவார்கள் என்பதை அறிந்த திருக்கோடி சிவசங்கரன் பிள்ளையை வாழைத் தோட்டத்தில் மறைத்து வைத்தார்.

திருக்கோடி அவர்களிடம் வந்து பேசினார். சிவசங்கரன் பிள்ளை வெயிலாட்சியைத் திருமணம் முடித்துக் கொள்வார் என்று வாக்குக் கொடுத்தார். நடந்தவற்றைச் சிவசங்கரனிடம் வந்து கூறினார். அவரும் வெயிலாச்சியைத் திருமணம் முடித்துக் கொள்வதாகக் கூறினார். தன் பிறப்பை நினைத்துக் கொண்டிருந்த கிட்டுப்பிள்ளை இனிமேல் இங்கு வேலை செய்ய இயலாது என எண்ணினார். வேல்ஸ் துரையிடம் இருந்த கனிவு இப்போது இருக்கும் துரைகளிடம் இல்லை.

நான்கு துரைகளுக்கும் மொழிபெயர்ப்பு செய்வதற்கான ஒரு நபரை கிட்டுப்பிள்ளை தேடினார். விசாரித்ததில் காமநாயக்கன்பட்டியில் மொழிபெயர்ப்பாளரைத் தேர்வு செய்ய முடிவு செய்தார். அவ்விடத்திற்குச் சென்று பரலோக மாதா ஆலயத்தைப் பற்றியும் பெஸ்கி பற்றியும் அறிந்து கொண்டார். அடுத்த நாள் அங்கு வந்தவர்களில் சவரிமுத்துவைப் பிடித்திருந்தது. இவன் தமிழிலும் ஆங்கிலத்திலும் புலமை வாய்ந்தவனாக

விளங்கினான். இவனைப் பணியில் சேர்த்ததும் எப்படியாவது இங்கிருந்து கிளம்பிவிட வேண்டும் என எண்ணினார். அவனிடம் எப்போது வேண்டுமானாலும் பாளையங்கோட்டை வரலாம் என்று கூறிச் சென்றார்.

நான்கு துரைகள் இல்லாத நேரத்தில் அவர்களின் அறையில் கிட்டுப்பிள்ளை சென்று அவர்களின் பைல்களை எடுத்து வாசித்தார். வாசிக்கும் போது துரைகளின் குதிரைச் சத்தம் கேட்டு பதற்றமடைந்தார். துரைகளிடம் ஏதோ ஒன்றைக் கூறி சமாளித்தார். ஆனால் துரைகள் அந்த பைலை கிட்டுப்பிள்ளை படித்ததைக் கண்டுபிடித்தனர். அந்தப் பேப்பரில் இருந்ததை வாசித்ததிலிருந்து கிட்டுப்பிள்ளைக்குத் தன் நாட்டைப் பற்றிய கவலை அதிகமானது.

வேல்ஸ்துரையின் பைல்களை மருதனின் அழுக்குத் துணி மூட்டைக்குள் வைத்துக் கொடுத்து அனுப்பினார். பிறகு மருதனிடம் பைல்கள் இருப்பது நல்லதல்ல என நினைத்த பிள்ளை அதை ஆண்டிக்குடும்பனிடம் கொடுக்க முடிவு செய்தார். துரைகளிடம் பொய் சொல்லிவிட்டு தர்பார் உடைகள் அணிந்து வெளியில் சென்றார். குடும்பனைப் பார்த்து பைலை மருதனிடம் வாங்கிக் கொள்ளுமாறு கூறினார்.

சவரிமுத்து வேலைக்குச் சேர வந்திருந்தான். அவன் வந்ததை நான்கு துரைகளிடமும் கூறினார். அவனுக்கான தேவைகளைக் கிட்டுப்பிள்ளை செய்து கொடுத்தார்.

மறுநாள் ஆண்டிக்குடும்பனோடு சென்று வேல்ஸ் துரையின் பைல்களை அனுப்பி வைத்தார். திரும்பி வந்த பிள்ளை கடிதம் ஒன்றை எழுதி வைத்து விட்டு அங்கிருந்து சென்றுவிட்டார். தாமிரபரணியின் அழகை காலையிலேயே ரசித்துக் கொண்டிருந்தார். யாரும் தன்னை அடையாளம் கண்டிடாமல் இருக்க வேறு உடையில் இருந்தார். வெள்ளைக்காரர்கள் தன்னை அடையாளம் காணக்கூடாது. ஆங்கில பாஷை மறந்துவிட வேண்டும். தாமிரவருணி தாயின் காலில் தான் சாக வேண்டும் என்றெல்லாம் எண்ணியபடி இருந்தார்.

சவரிமுத்து வெள்ளைக்காரர்கள் எங்கெல்லாம் செல்கின்றனரோ அங்கெல்லாம் சென்று மக்களிடம் இருந்து செய்திகளைச் சேகரித்தான். தமிழிலும் ஆங்கிலத்திலும் மொழிபெயர்த்தான். காமநாயக்கன்பட்டி திருவிழா வருவதால் அங்கு செல்ல வேண்டும் எனத் துரைகளிடம் கேட்டான். அவர்களும் இவனுடன் சென்றனர். அங்குள்ள ஒவ்வொன்றைப் பற்றியும் துரைகள் சவரிமுத்துவிடம்

கேட்டுத் தெரிந்து கொண்டனர். அவனும் அவர்களுக்குப் பதில் கூறினான்.

ஆங்கிலேயர்கள் தாங்கள் செல்லும் இடங்களில் உள்ள சிறப்பம்சங்களையும் வரலாறுகளையும் ஆர்வத்துடன் தெரிந்து கொள்ள விரும்பினர். கரிசல் நிலத்தைப் பற்றிக் கேட்டார்கள். இந்த பூமி ஈரப்பதத்தை நீண்ட நாட்கள் தக்க வைத்துக் கொள்ளும். இந்நிலத்தில் விளையும் பருத்தி தரமானதாக இருக்கும் என்றும் பிரிட்டிஷ் மகாராணியாரின் நாட்டிற்குக் கப்பலில் செல்கிறது என்றும் கூறினான்.

துரைகளைப் பாதிரிமார்கள் அன்புடன் வரவேற்றனர். சவரிமுத்து பாதிரிமார்களை வணங்கிவிட்டு தன் வீட்டிற்குச் செல்லும் போது தேர்களைப் பார்த்தான். அங்கு தேர்கள் அலங்கரித்து ஊர்வலத்திற்குத் தயாராகிக் கொண்டிருந்தன.

காலையில் கும்பிடுச்சோறு போடும் காட்சியையும், தேர் இழுப்பதைப் பற்றியும் துரைகளுக்குக் கூறினான். எண்ணெய் தீபங்கள் எரிந்திருப்பதையும், இறைப் பணியாற்றிய அருட்பணியாளர்களின் பெயரும் ஆண்டும் கல்வெட்டில் இருப்பதையும் பார்த்த துரைகள் ஆச்சரியப்பட்டனர். திருவிழா முடிந்தவுடன் துரைகள் திருநெல்வேலிக்குச் சென்றனர். சவரிமுத்து மறுநாள் வருவதாகக் கூறி அவர்களை அனுப்பிவைத்தான். சவரிமுத்து ஆலயத்திற்குச் சென்று மண்டியிட்டு வணங்கினான். பாதிரியார் சொன்ன ஒவ்வொரு வசனமும் தன் மன நினைவோட்டத்தில் கொண்டிருப்பதை உணர்ந்தான்.

பாதிரியாரிடம் தான் வாசித்தவற்றையும் தான் இனிமேல் அங்கு செல்ல மாட்டேன் என்றும் கூறினான். பாதிரியார் அவனிடம் அறிவுரைகளைக் கூறி அனுப்பி வைத்தார். தூத்துக்குடி செல்லும் வழியில் கலவரம் ஏற்பட்டது. சவரிமுத்து குதிரை வீரர்களுடன் குதிரையில் சென்றான். சில நாள் விடுப்பில் மொழிபெயர்க்காததால் செய்திகள் அதிகமாக இருந்தன. எல்லாவற்றையும் வரிசையாக எடுத்து வைத்து வரிசைப்படுத்தினான்.

வௌவால் தேசத்தின் எழுத்துக்களை வாசித்தபோது அவன் மிகவும் நடுங்கினான். கை நடுங்க ஒவ்வொரு வார்த்தையாக மொழிபெயர்த்து எழுதினான். வௌவால்கள் காடுகளில் அதிகமாக இருக்கும்போது மற்ற பறவைகளின் வாசம் இல்லாமல் போகும். பறவை, புழு, பூச்சிகளற்ற இடங்களில் மரங்கள் பூத்துக் காய்

காய்ப்பதில்லை. அதனால் வௌவால்கள் பச்சையங்களை தின்னத் தொடங்கின. ஊருக்குள் புகுந்து கால்நடைகளின் இரத்தத்தை குடிக்கத் தொடங்கின. வீட்டிற்குள் புகுந்து பாலூட்டிக் கொண்டிருக்கும் பெண்களின் மார்பகங்களிலிருந்து வரும் பாலினை வௌவால்கள் குடித்துச் சென்றன.

வௌவால்களைப் போலவே ஒருவனுக்கு ஒருத்தி என்ற நிலை இல்லாமல் ஒரு ஆண் எத்தனைப் பெண்களுடனும் உறவு வைத்துக் கொள்ளலாம் என்றும், உண்மைகள் பேசுவதை மறந்து பொய் மட்டுமே பேசக் கூடியவர்களாக மட்டுமே இருப்பார்கள் என்றும், விளைச்சல் அற்று தானியங்களின்றிப் பசியில் வாடி ஒரு பொம்மைகளைப் போல் மாறிப் போனார்கள் என்றும், வௌவால் தேசத்தைப் பற்றி வாசிக்கும் போது மிகவும் நடுங்கினான். படித்தவற்றைப் பொட்டலமாகக் கட்டி வைத்தான்.

அதை எடுத்துக் கொண்டு அவ்விடத்தில் இருந்து சென்றான். பிள்ளையார் கோவிலில் உள்ள பூசாரி சவரிமுத்து கையில் இருக்கும் பொட்டலத்தைப் பார்த்து இது என்ன என்று கேட்டார். அவன் வௌவால் தேசத்தைப் பற்றியதான செய்திகளைச் சொல்லிக் கொண்டிருக்கும் போது பூசாரி பதறினார். இந்த 'வௌவால் தேசம்' வரக்கூடாது என்று நினைத்தார்.

ஒவ்வொரு மனிதருக்குள்ளும் ஒளிந்திருக்கும் எதிர்மறைக் குணங்களை வௌவாலின் குணங்களோடு ஒப்பிட்டு வௌவால் தேசம் உருவெடுத்துள்ளது. கதைகளும் தொன்மங்களும் கலந்து வற்றாத ஜீவநதியாக தாமிரபரணி நிரம்பி ஓடுகிறது. வரலாற்றுப் புனைவுக்குள் ஆன்மீகமும் கலந்து கதைக்குக் கனத்தை உருவாக்கியிருக்கிறது.

படைப்புகள் கொடுத்த விருதுகள்

எளிமையான வாழ்வுக்குச் சொந்தக்காரரான தர்மன் தன் கருத்துக்களை முன் வைப்பதில் ஒருபோதும் சமரசம் செய்து கொண்டதில்லை. நவீன வாழ்க்கை தர்மனை ஆட்கொள்ளவில்லை. ஓர் எளிய கிராமத்து மனிதராக மண்ணின் மணம் வீசும் மகத்தான படைப்பாளர். நாட்டுப்புறக் கதைகளையும் சொலவடைகளையும் தம் படைப்புக்களில் புகுத்தியவர்.

விவசாயக் குடும்பங்கள் அலுப்புத் தீர பேசிக் கொள்ளும் கேலி, கிண்டல்கள், நையாண்டிப் பேச்சுக்களுக்கு இவர் படைப்பில்

குறைவில்லை. கரிசல் நிலத்தவர் படிக்கும்போது தன் பாட்டனோடு வாழ்வது போலவும் பாட்டியிடம் கதை கேட்பது போலவும் வயக்காட்டில் இறங்கி வெள்ளாமை மணப்பதுபோல் மனமும் மணத்துப் போகிறது. இவர் படைத்தளித்த பாத்திரங்களில் பலர் இன்றும் உலா வருகின்றனர். படைப்பில் வெற்றி கண்ட இவருக்கு இலக்கிய உலகம் அளித்த விருதுகள் பல.

1. ஆண்டின் சிறந்த சிறுகதைக்கான "இலக்கியச் சிந்தனை விருது" (நசுக்கம்) - 1992.
2. இந்திய அளவில் சிறந்த சிறுகதைக்கான "கதா விருது" (நசுக்கம்)- 1993.
3. இலக்கியச் சிந்தனை விருது ((அ)ஹிம்சை) - 1994.
4. திருப்பூர் தமிழ்ச் சங்க விருது (தூர்வை)
5. லில்லி தேவசிகாமணி விருது.
6. புதுவை இலக்கியத் தென்றல் விருது.
7. ப.ஜீவானந்தம் - பா.ராமமூர்த்தி நூற்றாண்டு விழா இலக்கியப் பரிசு - திருப்பூர்.
8. வி.ஆர்.கிருஷ்ணய்யர் அறக்கட்டளை விருது -மனோன்மணீயம் சுந்தரனார் பல்கலைக்கழகம்
9. கனடா இலக்கியத் தோட்டம் விருது - டொரெண்டோ பல்கலைக்கழகம்
10. தமிழ்நாடு அரசின் சிறந்த நூலுக்கான விருது (கூகை) - 2005
11. அமுதன் அடிகள் இலக்கியப் பரிசு - 2008, தஞ்சை.
12. அகவை முதிர்ந்த தமிழறிஞர் விருது.
13. ஆனந்த விகடன் விருது (2017 - சூல்)
14. சுஜாதா விருது - சென்னை (2017 - சூல்)
15. சாகித்திய அகாதெமி விருது (சூல்) - 2019
16. மனோன்மணியம் சுந்தரனார் விருது (சூல்) - மனோன்மணீயம் சுந்தரனார் பல்கலைக்கழகம் - 2019
17. தமிழ்நாடு அரசின் சிறந்த நூலுக்கான பரிசு (சூல் 2016 ஆம் ஆண்டிற்கான சிறந்த நாவல்) - 2021 ஜனவரி

சாகித்திய அகாதமி விருது பற்றி

சாகித்ய அகாதமி விருதுத் தேர்வில் 23 பேர் கலந்து கொள்கிறார்கள். முதலில் கிரௌண்ட் லிஸ்ட் (Ground list) என்று ஒன்றைத் தயார் செய்து எந்தப் புத்தகத்தை எல்லாம் சேர்க்கலாம் எனப் பத்து பேர் கொண்ட குழுவை அமைக்கிறார்கள். அந்தப் பத்துப்பேர் சேர்ந்து புத்தகங்களைத் தேர்வுசெய்து, இவற்றை விருதுக்கு எடுத்துக்கொள்ளலாம் எனப் பரிந்துரை செய்கிறார்கள்.

அந்தப் பத்துப் பேர் யாரென்று யாருக்குமே தெரியாது. அவர்கள் மூலமாய்ப் பத்துப் புத்தகங்கள் தெரிவு செய்யப்படுகின்றன. அந்தப் பத்துப் புத்தகங்கள் பத்துப் பேருக்கு அனுப்பப்படுகின்றன. அந்தப் பத்துப் புத்தகங்களில் மூன்று புத்தகங்கள் தேர்வு செய்து கொடுக்க வேண்டும். தேர்வு செய்வதற்கு உண்டான பணத்தொகை அளிக்கப்படும்.

இந்தப் பத்து நூல்களில் மூன்று நூல்கள் தேர்வு செய்து, அவற்றை வரிசைப்படுத்தித் தரவேண்டும். அந்த மூன்று நூல்கள் பற்றிக் கட்டுரை ஒன்று எழுத வேண்டும். அதில் யார் புத்தகம் முதலிடத்தைப் பெற்றுள்ளதோ, அடுத்ததாக யார் புத்தகம் இரண்டாம் இடத்தை அதிகம் பெற்றுள்ளதோ, மூன்றாம் இடத்தை எந்தப் புத்தகம் அதிகமாகப் பெற்றுள்ளதோ, அந்த மூன்று புத்தகங்களைத் தேர்வு செய்து, டிசைடிங்க் அத்தாரிட்டி (Deciding authority) என மூன்று பேரைத் தேர்வு செய்கிறார்கள். அவர்களிடம் இந்த மூன்று புத்தகங்கள் செல்லும். இதில் யாருடைய புத்தகம் அதிகமான நபரால் தேர்வு செய்யப்படுகிறதோ அவருக்கே சாகித்ய அகாதமி விருதை அறிவிக்கிறார்கள்.

1.சிவசங்கரி 2.புவியரசு 3.ஆங்கிலத்துறைப் பேராசிரியர் கா.செல்லப்பன் இவர்கள்தான் என் நூலைத் தேர்வு செய்தார்கள். எனக்கு இவர்களுடன் கடிதத் தொடர்போ தொலைத் தொடர்போ எதுவும் இருந்தது இல்லை. ஆனால் அவர்கள் மூன்று பேருமே என்னைத்தான் தேர்வு செய்திருக்கிறார்கள் என்ற செய்தி கேட்டதும் பெருமகிழ்ச்சி அடைந்தேன் என்று மனநிறைவோடு வெள்ளந்தியாய் நம்மிடம் பகிர்ந்து கொள்கிறார் சோ.தர்மன்.

***

சூல் நாவலுக்காக சாகித்திய அகாதமி விருது பெற்றபோது

சோ.தர்மனின்
சமூகச் செயல்பாடுகள்

3

சோ.தர்மனின் சமூகச் செயல்பாடுகள்

தர்மனின் கரிசல் வாழ்வியல்

சோ.தர்மன் தமது படைப்புகள் அனைத்திலும் எதார்த்த வாழ்வியலைப் புகுத்திக் காட்டியிருக்கிறார். ஒவ்வொரு கதையும் வாசகனைக் கதையினூடாக பயணிக்கச் செய்கின்றது. கரிசல் மண்ணில் வாழும் மக்களின் எதார்த்தப் புனைவுகளாக அவர் கதைகள் இருப்பதனால்தான் மக்கள் மனதில் நிலைத்து நிற்கின்றன. அவரது படைப்புகள் தாம் வாழ்கின்ற பூமியின் மணம் பரப்பி நிற்கின்றன.

கரிசல் காட்டு விவசாயமும் தீப்பெட்டித் தொழிலும் கல்லுடைப்பும், பஞ்சாலைத் தொழிற்சாலையும் வெடி மருந்துத் தொழிற்சாலையும் மக்களின் வாழ்வாதாரப் பணிகளாக அமைந்திருப்பதை அவரது படைப்புகள் வெளிப்படுத்துகின்றன. தர்மன், வெடி மருந்துக் கம்பெனியில் வேலை செய்தபோது அடுத்த அறையில் நடந்த விபத்தை “நசுக்கம்” என்ற பெயரில் சிறுகதையாய் வடித்து வாசகர் மனதில் முதலாளித்துவத்திற்கு எதிரான குரலை வெடிக்கச் செய்திருக்கிறார்.

மழையை நம்பி இருக்கும் கரிசல். கரிசலை நம்பி இருக்கும் உழவன். மழை பொய்க்க, விவசாயம் செய்த பயிர்கள் கை விரிக்க, வாங்கிய கடனை அடைக்க முடியாமல் திணறும் உழைப்பாளி. கோடையிலே மண்ணை அள்ளி பெண்ணை அலங்கரித்து கருவுறத் தயராய் வைத்ததுபோல் கண்மாயைத் தூர்வாருதல். விவசாயத்திற்கு உதவும் கால்நடைகளை மதிக்கும் மனித நேயப் பண்பு. “காக்கை குருவி எங்கள் சாதி... நீள் கடலும் மலையும் எங்கள் கூட்டம்” என்ற பாரதியின் கூற்றை மெய்ப்பிக்கும் மனிதர்கள்.

பாரதியும் தன் ஊர் மக்களின் வாழ்வைக் கண்டுதான் அவ்வாறு பாடினான் போலும். களத்தில் தானியங்களைக் காயப்போட்டுவிட்டு பறவை பட்சிகளை விரட்டியடிக்காத தயாள குணம். ‘காக்கா குருவி தின்னு களம் வத்திப் போகுமா’ என்று கேட்கும் மனிதர்கள்.

சிறு தொழில்கள் அதிகமாய் நடைபெறும் கோவில்பட்டி நகரம். தீப்பெட்டிக் கம்பெனிக்கு வேலைக்குச் சென்று பருவம் வந்ததைக் கூட அறியாமல் செயல்படும் எதார்த்தப் பெண்மணிகள். பூத்த குறிப்பை வைத்தே மகளின் மாங்கல்யத்தைத் தீர்மானிக்கும் அன்னையும் ஜோஸ்யரும். அடை மழைக் காலத்தில் ஒட்டிய பெட்டிகளில் பசை காயாமல் தடைபடும் தீப்பெட்டித் தொழில்கள். வயிற்றுப் பசிக்கு துத்தம் கலந்த பசை மாவைத் தெரியாது உப்புமா கிண்டி தின்றுவிட்டு வாந்தியெடுத்த மகளை வாரிச் சுருட்டி அணைத்துக் கண்ணீர் விடும் தாய்.

வேகாத வெயிலில் கல்லுடைத்து கன்னியமாய் வாழ நினைப்பவனை அள்ளிக் கொண்டு போகும் போலீசார். சாராயத்துடன் சல்லாபத்திற்குப் பெண்ணையும் கேட்டு அதட்டும் சட்டம் ஒழுங்கைப் பாதுகாக்கும் பாதுகாவலர்கள். திருந்திய சாராய வியாபாரியை மாமூலுக்காக இனி இத்தொழில் வேண்டாம் என்று மூலையில் கிடத்திய அடுக்குப் பானையிலிருந்து எடுத்து பானையைச் சாராய அடுப்புக்குக் கொண்டு போக வைத்த அதிகாரிகள்.

கணவன் இல்லாமல் குழந்தையுடன் வாழ்பவள் கற்பைக் காப்பாற்ற எடுக்கும் சோதனைகள் நிறைந்த வேதனைகள். அதிகாரிகளின் அரட்டலும் மிரட்டலும் ஆதிக்க சக்திகளின் ஒடுக்குதலுமாகக் காலத்தைக் கழிக்கும் மக்களின் தத்ரூபமான வாழ்வியல். தாத்தா பாட்டி கதைகள் பேச அதைக் கேட்டு நஞ்சைப் பயிராய் வளரும் குழந்தைகள்.

மண்ணின் மணத்தை அள்ளித் தெளித்தாற்போல் வாசனை ததும்பும் எள்ளல்கள். கொச்சை மொழியிலும் உயிர்த்துடிப்பாய் தாத்தாவும் பாட்டியும் அப்பனுமாய்ப் பரிணமிக்கும் பாத்திரங்கள். அடக்கும் ஆதிக்கச் சாதிகளை எள்ளலால் நகையாடி நசுக்கும் ஒடுக்கப்பட்ட மக்களின் வீரியமான பேச்சுகள். நரிக்குறவனின் வேட்டைத் தொழிலும் நம்முற்குலத்தோரின் வேட்டைப் பண்பும். வேட்டையிலும் மனிதம் பேசும் நரிக்குறவனின் மதிப்பிட முடியா மக்கட் பண்பு. நேயத்துடன் வாழும் மக்கள். விட்டுக்கொடுத்தும் இருப்பதை அள்ளிக்கொடுத்தும் வாழும் விவசாயப் பெருங்குடிகள்.

இப்படி கரிசல் மக்களின் நேயத்தால் உதித்த தர்மனின் படைப்புகள் அனைத்தும் வாசிப்பாளனுக்கு நேசிப்பாய் அமைகின்றன. படிக்கும் வாசகனின் மனம் கரிசலில் பயணிக்கிறது.

அம்மக்களின் வாழ்வியல் அறங்கள் நம்மை ஆட்கொள்கின்றன. நாகரிக வளர்ச்சியில் நேயத்தை இழந்து தவிப்போர்க்கு இவரின் படைப்புகள் அடைக்கலம் தருகின்றன.

நலிந்த கலைகளைக் காப்பாற்றும் கலைஞனாய்...

உயிரற்ற பாவைகளை, உயிருள்ள பாத்திரங்களைப்போல் இயக்கி நிகழ்த்தப்படும் கூத்து பாவைக் கூத்து என்றழைக்கப்படுகிறது. திருவள்ளுவர்,

நாண் அகத்தில்லார் இயக்கம் மரப்பாவை
நாணால் உயிர்மருட்டி யற்று. (குறள் - 1020)

நாண் இல்லாத மக்களின் இயக்கம் உயிரற்ற பாவையின் இயக்கம் போன்றது என்கிறார். கயிறு கொண்டு பாவைகள் உயிருள்ளவைபோல் இயக்கப்படுவதைக் குறிப்பிடுகின்றார்.

இக்கூத்து தோல்பாவைக்கூத்து, மரப்பாவைக் கூத்து என இரண்டு வகைப்படும். பதப்படுத்தப்பட்ட ஆட்டுத் தோலில் வரையப்பட்ட வண்ணப்படங்களை விளக்கின் ஒலி மூலம் திரைச்சீலையில் அதன் நிழல் தெரியுமாறு ஆட்டி நிகழ்த்துவது தோல்பாவைக் கூத்து ஆகும். தோல்பாவை நிழல்கூத்து, நிழலாட்டம், தோல் பொம்மலாட்டம் என்ற பெயர்களிலும் அழைக்கப்படுகிறது.

மரப்பாவை என்பது மரத்தால் செய்யப்பட்ட பாவையால் நிகழ்த்தப்படுவது. பெரும்பாலும் கலியாண முருங்கை மரத்தால் பாவைகள் செய்யப்படுகின்றன. மரத்தை நீரில் நன்கு ஊற வைத்துப் பின்னர் சிறு சிறு துண்டுகளாக நறுக்கப்படுகின்றன. நறுக்கிய துண்டுகள் நிழலில் காயவைக்கப்பட்ட பின், கதைப்பாத்திரங்களுக்கேற்ற உருவங்கள் செய்யப்பட்டு வண்ணம் தீட்டப்படுகின்றன.

பொம்மைகள் 1.5 அடியிலிருந்து 3 அடிக்குள்ளாகவே செய்யப்படுகின்றன. பாவைகளின் தலை, கை, கால் ஆகியவற்றில் கட்டப்பட்டுள்ள சுண்டுக் கயிறின் மற்றொரு முனை ஒரு அடி நீளமுள்ள மூங்கில் குச்சியில் இழுத்துக் கட்டப்பட்டிருக்கும். பாவையை இயக்குபவர் மூங்கில் குச்சிகளைப் பிடித்தே இயக்குவார்.

கிராமப்புற மக்களைக் கவரும் வகையில் கதை நிகழ்ச்சிகள் நடத்திக் காட்டப்படுகின்றன. பொம்மைகளின் தயாரிப்பு நிலைகளில் வகைப்படுத்தப்படுகின்றனவே தவிர கூத்து நிகழ்த்தப்படும் முறையில் மாறுபாடு இல்லை. மக்களுக்கு நன்கு தெரிந்த

அரிச்சந்திரன், நல்லதங்காள், இராமாயணம், மகாபாரதம் போன்ற கதைகள் நிகழ்த்தப்படுகின்றன.

பாவையாட்டிகள் குரல் வளமும் பலகுரல் மாற்றத்திறனும் படைத்தவர்களாக இருப்பார்கள். இவர்கள் பேசும் கூற்றுக்கேற்ப பாவைகளை ஒருவர் எடுத்துக் கொடுப்பார். பாவை எடுத்துக் கொடுப்பவர் மிகக் கவனமாகவும் கதை நிகழும் பாத்திரங்களுக்கேற்ற பாவைகளைத் தாமதமில்லாமலும் எடுத்துக் கொடுப்பார்.

இக்கூத்து கிராம மக்களிடையே பெரும் வரவேற்பைப் பெற்று இருந்ததையும் கால மாற்றத்தில் நலிவடைந்து போன தன்மையினையும் தர்மன் தம் படைப்புகளில் வெளிப்படுத்தியிருக்கிறார். "நிழல் பாவைகள்" என்ற சிறுகதை பாவைக் கூத்தை வைத்து எழுதப்பட்ட கதையாகும்.

பத்து இருபது ஆண்டுகளுக்கு முன் கிராமங்களில் பாவைக் கூத்து செல்வாக்குப் பெற்று இருந்தது. பாவைக் கூத்துக் காட்டும் வண்டி ஊருக்குள் வந்ததும் சிறுவர்கள் எல்லாம் வண்டியின் பின்னே ஓடுவார்கள். ஊர்மக்கள் கூடி நின்று வேடிக்கை பார்ப்பார்கள். ஊர் நாட்டாண்மையும் ஊரில் உள்ள முக்கியப் பிரமுகர்களும் வண்டியைச் சுற்றி நிற்க, இளவட்டங்கள் போட்டி போட்டுக் கொண்டு பெட்டிகளை இறக்கி வைப்பார்கள்.

முக்கியஸ்தர்களின் அறிமுகக் கூட்டம் முடிந்ததும், ஊர் கூடி என்ன கதை படிக்க வைக்கலாம் என்று முடிவு எடுப்பர். வீட்டுக்கு இவ்வளவு வரிப்பணம் என்று நிர்ணயம் செய்வார்கள். கேலியோ கிண்டலோ செய்தால் தண்டனை ஆயிரம் ரூபாய். எட்டு நாளோ, பத்து நாளோ இராமாயணம் என்றால் ராமர் பட்டாபிஷேகம், மகாபாரதம் என்றால் வனவாசம் முடிய அன்று ஊரே திருவிழாக் கோலம் பூண்டு விடும். பக்கத்து ஊரிலிருந்து கூத்துப் பார்க்க வண்டி கட்டிக் கொண்டு வருவார்கள். களத்து மேட்டில் வண்டிகள் நிறைந்து கிடக்கும்.

ஊர்ப் பொதுவில் கொடுக்கும் வரிப்பணம் போக கோடி வேஷ்டி, சேலைகள், தானியங்கள், பயறு வகைகள், வத்தல், மல்லி என்று வண்டி நிறைந்துவிடும். "பட்டாபிஷேகம் முடிந்த மறுநாளே மழைபெய்ய வைப்பார் கூத்தை இயக்கும் லட்சுமணராவ். பதினெட்டு நாள் குருஷேத்திரப் போரையே தன் விரலுக்குள் ஒளித்து வைத்திருக்கும் லட்சுமணராவால் காற்றையும் மழையையும் ஒளித்து வைத்திருக்க முடியாதா? மழை கொட்டோ கொட்டென்று

கொட்ட, சம்சாரிகள் சந்தோஷத்துடன் கும்பிட்டு வழியனுப்பி வைப்பார்கள்."

பல வருடங்கள் கழித்து பாவைக் கூத்து வண்டி ஊருக்குள் வருகிறது. முந்தைய காலம்போல் வண்டியைச் சுற்றி எந்தக் கூட்டமும் ஆர்ப்பாட்டமும் இல்லாமல் வண்டி வந்து நின்றது. கூட்டத்தில் நின்ற முத்துவீரன் தாத்தாவை பாவைக் கூத்துக்காரர் லட்சுமணராவ் அடையாளம் கண்டு நலம் விசாரித்தார்.

பாவைகள் நடமாடும், பிறக்கும், நீந்தும், அத்தனை சீவராசிகளையும் தன் கண்கள் வழியே கிரகித்து விரல் வழியே மலரச் செய்யும் சூட்சுமக் கலைகளைக் கற்ற கலைஞன் லட்சுமணராவ் அவரை முத்துவீரன் தாத்தா மறந்துவிட முடியுமா? இருவரும் கால மாற்றங்கள் பற்றியும் இன்றைய நிலவரங்கள் குறித்தும் பேசிக் கொண்டனர். முத்துவீரன் தாத்தா தொழுவத்தில் எருமை மாடுகள் இல்லை. அவைகளுக்கு வைத்திருந்த இரண்டு கட்டு நாற்றுக் கூளத்தை இலட்சுமணராவிடம் தூக்கிக் கொடுத்தார். பேசிக் கொண்டிருக்கும்போதே.

"ராவ், இன்னக்கி என்ன கத நடத்தப் போறீரு"

"கதையா? கதையெல்லாம் மலையேறி எத்தனையோ வருஷமாச்சு"

"அப்புறம்..." ஆச்சரியமாய் கேட்டார் தாத்தா.

"ஆடலும் பாடலும்" சிரித்துக் கொண்டே சொன்னார் ராவ்.

"அப்படின்னா"

"சினிமாப்பாட்ட பாடவிட்டு அதுக்கேத்த மாதிரி ஆம்பளையும் பொம்பளையும் சேர்ந்து ஆடுறது"

ராவ் கூறியதைக் கேட்டதும் தாத்தாவின் மேலெல்லாம் ஒரே நேரத்தில் ஆயிரம் தேள்கள் கொட்டியதைப் போல் சுரீரென்று தைத்தது. பாவைக் கூத்து முன்பு எப்படி இருந்தது என்பதை அசைபோட்டுப் பார்க்கிறார். நினைவுக்கு வந்தவராய் கூத்துப் பார்க்க எழுந்து செல்கிறார்.

"வாயசைவில் உதிர்ந்து வரும் வசனத்திற்கேற்ப பாவைகளின் உறுப்புக்களைச் சுண்டியிழுத்து அசையச் செய்யும் ஆடச் செய்யும் கால் விரல்களின் லாவகம். குறிப்பிட்ட மணித்துளிக்குள் முடிக்க

வேண்டிய இதய அறுவை சிகிச்சையில் அடுத்ததாக மருத்துவரின் கையில் என்ன ஆயுதம் என்று கொடுக்கும் நிபுணனைப் போல் ரத்னாபாய் கதையோட்டத்தின் அடுத்த வரிக்கு என்ன பாவை வேண்டுமோ தயாராக ராவின் கைகளில் திணிக்க வேண்டும். வினாடி பிசகினாலும் கதையோட்டம் மாறி, உருவங்கள் பொருந்தாது."

இன்று அந்தக் கூத்திற்குப் பதிலாகக் கொச்சைத்தனமாக இரட்டை அர்த்த காம ரசப் பாடல்களுக்கு லட்சுமணராவின் மகன் கோபால்ராவும் அவனுடன் பிறந்த சகோதரிகளும் அரைகுறை ஆடைகளுடன் சேர்ந்து ஆடிக் கொண்டிருந்தனர். முத்துவீரன் தாத்தா பார்க்க சகிக்காமல் வெளியில் வருகிறார்.

இளவட்டங்கள் உற்சாகமாய் விசிலடித்துப் பார்த்துக் கொண்டிருந்தனர். ரூபாய் நோட்டுகளை அன்பளிப்பாய் பெண்களின் மேலெல்லாம் குத்திப் பரப்பினர். அப்பெண்களும் குத்துவதற்கு லாவகமாய் உடையைக் காட்டிக் கொண்டு சிரித்தபடியே போஸ் கொடுத்தனர். ரத்னாபாய் பாவைகளை எடுத்துக் கொடுத்தவள் இன்று மகள்களுக்கும் மருமகள்களுக்கும் உடை மாற்றிக் கொண்டிருந்தாள்.

டான்ஸ் ஆடத் தெரிஞ்ச இளைஞர்கள் மேடையில் வந்து பெண்களுடன் ஆடலாம் என்றும் அறிவிப்புக் கொடுத்தார் ராவ். சேர்ந்து ஆடுவதற்கு இருபது ரூபாய் கட்டணம் என்று அறிவித்தார். போட்டி போட்டுக் கொண்டு மேடை ஏறினர். ஆடத் தெரியாவிட்டாலும் அப்பெண்களின் உடலைத் தொட்டு நெருங்கி அணைத்து மகிழ்ந்தனர்.

காலையில் எழுந்ததும் முத்துவீரன் தாத்தா லட்சுமணராவைப் பார்த்துக் கேட்கச் சென்றார். அவரோ கூடாரத்திற்குள் பேரக் குழந்தைகளுக்குக் கதை சொல்லிக் கொண்டிருந்தார். பாட்டி வடை சுட்ட கதையை காலத்திற்கேற்ப மாற்றியமைத்து அவர் சொல்லிக் கொண்டிருந்தார். வடையைத் தூக்கிச் சென்றதைப் பார்த்த பாட்டி ஓ..........வென்று அழுகிறாள். அந்த வழியாகப் போலீஸ்காரர் வருகிறார்.

பாட்டி போலீஸ்காரரிடம் சொல்கிறாள். அவர் வேகமாய்ப் போய் மரத்தடியில் நின்று கொண்டு "ஏய் காக்கா ஒழுங்கா மரியாதையா பாட்டியோட வடையைக் குடுத்துரு. குடுக்கலன்னா துப்பாக்கிட்டு சுட்டுருவேன்" என்கிறார். "ஒம்ம சோலியப் பாத்துட்டு பேசாம போரும். இது எனக்கும் பாட்டிக்கும் உள்ள விவகாரம்" அப்படின்னு சொல்லிட்டு வடையைத் திங்கப் பாத்துச்சு.

ஒடனே போலீஸ்காரருக்குக் கோபம் வந்து, "ஒழுங்கா குடுக்கப் போறியா இல்ல சுடவா?"ன்னு கேட்கவும் காக்கா சொல்லிச்சு, "நம்ம ரெண்டு பேரும் ஆளுக்குப் பாதியா பங்கு வச்சிக்கிருவம்" அப்படின்னு பாதி வடையைப் பிச்சு கீழ போட்டுருச்சு. ஒடனே போலீஸ்கார் துப்பாக்கிய கீழ வச்சிட்டு வடைய எடுக்கப் போனாரு. அப்ப காக்கா விருட்னு பறந்து வந்து துப்பாக்கிய தூக்கிட்டுப் போயி உச்சி மரத்துல உட்கார்ந்துக்கிடுச்சு.

போலீஸ்கார் ஐந்து வடை நாளைக்குத் தருகிறேன் துப்பாக்கியைத் தா என்கிறார். நீ என்ன அரிச்சந்திரனா உன்னை நம்பமாட்டேன் என்கிறது. 'சத்தியமா நம்பு காக்கா' என்கிறார் போலீஸ்கார். "அதெல்லாம் அந்தக் காலம் ஒன்னோட துப்பாக்கி வேணும்னா அஞ்சுவடைய ஒடனே இப்பவே வாங்கிட்டு வா. இல்லனா நடையக்கட்டு. டயத்த வேஸ்ட் பண்ணாத. எனக்கு நெறய்ய வேல இருக்கு எடத்த காலி பண்ணு அப்படின்னு சொல்லிட்டு அடுத்த மரத்துல போயி ஜம்முனு உக்கார்ந்துக்கிருச்சு".

முத்துவீரன் தாத்தா கதை சொல்லிக்கொண்டிருக்கும் லட்சுமணராவையே பார்க்கிறார். வடை விற்கும் பாட்டி பாஞ்சாலி. கீசகனைக் கொல்ல பீமன் பிடுங்கிய மரமே இப்போது பாஞ்சாலிக்கு நிழல் தருகிறது.

வடையைத் திருடி மரத்தில் அமர்ந்திருக்கும் காக்கைதான் ஜடாயு. துப்பாக்கியைப் பறி கொடுத்த போலீஸ்காரர் கிருஷ்ண பரமாத்மா. வடைகள் அடுக்கிய கூடை ஜடாயுவின் வெட்டுப்பட்டு வீழ்ந்த ஒற்றை இறக்கை. நினைத்துப் பார்த்த முத்துவீரன் தாத்தா ராவிடம் எதுவுமே கேட்காது பெருமூச்சுடன் அவரைப் பார்க்காமலேயே திரும்பி நடந்து வருகிறார்.

பாவைகள் விளையாட்டுப் பொருள்களாய்ச் சிதறிக் கிடந்தன. ஒரு பாவை இடற குனிந்து எடுக்கிறார். அது முள் படுக்கையில் பீஷ்மர். தாத்தாவின் விரலில் முள் குத்தி இரத்தம் கசிந்தது. அவர் லட்சுமணராவின் விரல்களை நினைத்துக் கொண்டார். அவருக்குள் பாஞ்சாலி, இராவணனின் தேருக்குள்ளிருந்த சீதை, கட்டை விரலை இழந்த ஏகலைவன் இவர்களெல்லாம் கதறி அழுவது போலச் சத்தங்கள் கேட்டன என்று கதையை முடிக்கிறார் ஆசிரியர்.

கண்களுக்கு முன்னால் கலைகள் நலிந்து போவதைத் தாங்கிக் கொள்ள முடியாத பழமைவாதி முத்துவீரன். ராவிடம் போய்க் கேட்க நினைத்தவர் அவர் சொன்ன கதையைக் கேட்டு திரும்பி

வருகிறார். காக்கா ஏமாந்த கதையைக் கேட்டிருக்கிறோம். இன்று காக்கா கூட புத்திசாலியாய் இருக்கிறது. கால மாற்றத்திற்கேற்ப பிழைக்கத் தெரிந்த புத்திசாலியாக ராவை நினைக்கிறார். பாவைகள் இயக்க ஆளில்லாமல் கிடப்பதைப் பார்த்து அவைகள் எல்லாம் கதறுவதாக நினைக்கிறார்.

இந்தப் பாவைக் கூத்தைப் போல் எத்தனையோ கூத்துக்கள் கிராமப்புறங்களில் நிகழ்த்தப் பெற்றன. அக்கூத்துக்களெல்லாம் இப்போது எங்கே ஓடி ஒழிந்தன என்று தெரியவில்லை. “சாமக் கோடாங்கி, இராப்பிச்சை, பச்சை குத்துபவர்கள், காவடிப் பாட்டுக்காரர்கள், கிண்ணட்டிக்காரன், மரக்கால் ஆட்டம், மணியாட்டுக்காரன், பொழிப்பாட்டுக்காரன், அடக்கடவுளே இவர்களையெல்லாம் கால வெள்ளம் எங்கே கொண்டு போய் எந்தக் கரையில் ஒதுக்கித் தள்ளியது. எந்த நாகரிகச் சூறாவளியில் அடித்துச் செல்லப்பட்டார்கள். கால இழுவைக்குள் மறைந்து தன் சுயமுகம் இழந்து உருத்தெரியாமல் மாறிப் போனார்களா? என்ன?” என்று முத்துவீரன் நினைப்பதாய் தர்மன் சுட்டிக் காட்டுகிறார். முத்துவீரன் கேட்கும் அனைத்துக் கேள்விகளும் ஒரு கூத்துக் கலைஞனின் மகனாகிய தர்மனின் கேள்விகளாகவே உள்ளன.

பொழிப்பாட்டு பாடும் நிகழ்வும் அக்காலத்தில் விவசாயிகளிடையே நடைபெற்று வந்ததைத் தர்மன் தன் படைப்புகளில் குறிப்பிட்டிருக்கிறார். இருபது மாடுகள் பொழிக்களத்தைச் சுற்றி வரும். பொழிப்பாட்டுக்காரன் வந்து களத்தில் நின்று கொள்வான். தன் இஷ்ட தெய்வங்களைப் பாடிவிட்டு மாடுகளைப் பற்றிப் பாடுகின்றான். பொழிப்பாட்டுக்காரன் பாட்டைக் கேட்க கூட்டம் திரண்டு நிற்பதுண்டு.

பிணையலடிக்கும் ஒவ்வொரு மாட்டையும் பற்றி அதன் நிறம், சுழி, கள்ளப் பாய்ச்சல், சண்டி, ரத்தக்கண், சுண்டு வாதம், மொட்டைவால், ஓட்டுவாய், முழி, போர், மயிலை, செவலை, கழிச்சான், கடகபால் ஓட்டை, குறுங்கால் என்று பல வித மாடுகள் பற்றியும் அதன் குணங்கள் பற்றியும் சரளமாய் ராகம் தாளம் தவறாமல் பாடிக் கொண்டேயிருப்பான். கடைசியில் பாட்டை நிறுத்தியவன் முதன் முதலில் பிணையல் கண்ணியில் பூட்டிய மாடு இந்த மாடுதான் என்று அடையாளம் காட்டவும் கூட்டம் ஆரவாரிக்கும்.

மாடுகளின் கால்களுக்குள் என்ன மகசூல் மிதிபடுகிறதோ அதில் மூன்று தரம் தன் இரு கைகளாலும் அள்ளிக் கொள்வான்.

இதுதான் அவனுக்கான கூலி. சாக்குப் படுதாவை களத்தை ஒட்டி விரித்துத் தவசத்தை அள்ளிக் கொள்வான். இப்படி ஒவ்வொரு களமாய்ப் பாடி தானியங்களை மூட்டையாய் வாங்கிச் செல்வான் பொழிப்பாட்டுக்காரன். இன்றைக்கு இந்தத் தொழிலும் இல்லை. களத்துமேட்டில் பிணையலடிக்கும் மாடுகளும் இல்லை. இன்றைக்கு அனைத்துக்கும் இயந்திரங்கள் என்றாகிவிட்டது. வாழ்க்கையும் இயந்திரத்தனமாய் உயிர்ப்பில்லாமல் ஓடிக்கொண்டிருக்கிறது.

நேர மேலாண்மையும் தர்மனும்

தர்மன் படைப்பாற்றல் திறன்மிக்கவர் என்பதையும் தாண்டி நேர்த்தியாய்த் தூண்டில்போட்டு மீன்பிடிப்பதில் வல்லவர். கோவில்பட்டியைச் சுற்றியுள்ள கண்மாய்களில் இவருக்கு மட்டும் அனுமதி உண்டு. குத்தகைதாரர்கள் இவரை எதுவும் சொல்வதில்லை.

ஒருநாளைக்கு நல்ல மீன் மாட்டும். அந்த இடத்துல பாக்குறவங்ககிட்ட குடுத்துட்டு வந்துருவேன். காசு வாங்கமாட்டேன். ப்ரீயாத்தான் குடுப்பேன். எனக்கு நேரம் பத்தமாட்டக்கு. காலையிலே எந்திரிச்சு அப்படியே நடந்து பஸ்ஸ்டாண்டு பக்கம் போயி டீக் குடுச்சிட்டு, ரெண்டு மூணு பேப்பர் வாங்கிட்டு வருவேன். காலையில எழுத உக்காந்தா ஒரு மணி வரைக்கும் எந்திரிக்க மாட்டேன். அப்புறம் ஹோட்டல்ல போய் சாப்பிடுவேன். ரெண்டரை மணிக்கு தூண்டில எடுத்துட்டு மீன்பிடிக்கப் போயிருவேன். ஐஞ்சு, அஞ்சரை மணிக்கு வருவேன். குளிச்சுட்டு அப்படியே செண்பகவல்லியம்மன் கோயில் மேட்டுல போய் உக்காந்துருவேன். நண்பர்கள் வருவாங்க பேசிட்டுருப்போம்.

ஒன்பது மணிவாக்குல ஹோட்டலுக்கு வந்து நாலு இட்லியச் சாப்டுட்டு வீட்டுக்கு வருவேன். இரவு கொஞ்ச நேரம் வாசிப்புக்குப் பிறகு தூங்குவேன். இதுதான் என்னோட டைம் செட்யுல். ஒரு நாளைக்கு மீன்பிடிக்கப் போகலேன்னா என்னமோ மாதிரி இருக்கும். சில நேரம் பெரிய பெரிய மீன் மாட்டும். இழுக்க முடியாது நரம்பயே அத்துட்டுப் போயிரும். அதனால ஸ்பேர் எப்பவும் வச்சிருப்பேன்.வாடிக்கையான தொழிலாகிருச்சி. இதெல்லாம் இருக்கனும்ல”

ஒரு நாளுக்கான 24 மணிநேரத்தைப் பகிர்ந்து கொண்டு தனக்கான பணியைச் செய்துவருகிறார். “இப்படிப் பகுத்து வேலைய செய்தாத்தான் வாழ்க்கை அதுபாட்டுக்குப் போகும். தேவையில்லாத சிந்தனைகளுக்கு நாம இடம் குடுக்கக்கூடாது. சும்மா உட்காந்தா

வேதனைகளும் கவலைகளும் நம்மைத் தின்றும். மீன்பிடிக்கிற நேரத்துல என்கதைகளுக்கான பாத்திரங்களோடு உறவாடுகிறேன்" என்கிறார்.

சுற்றுச் சூழலைப் பாதுகாக்க நினைக்கும் பண்பாளர்

பழைய கிராமம் தற்போது ஏற்பட்ட சமூக மாற்றத்திற்கேற்ப அடைந்த மாறுதல்களையும், இயற்கையுடன் செழித்துக் காணப்பட்ட கிராமம், நகர்மயமாக மாறி வரும் சூழலையும் காணமுடிகின்றது. நகர்மயமாவதால் தொழிற்சாலைகள் பெருகுகின்றன. அத்தொழிற்சாலைகளிலிருந்து வெளியேறுகின்ற கழிவு நீர், புகை போன்றவை காற்றையும் நிலத்தையும் நீரையும் மாசடையச் செய்கின்றன.

நீர்நிலைகள் மாசுபாடு, சுற்றுப்புறச் சூழல் குறித்த மாசுபாடு, மாசடையச் செய்வதற்கான காரணங்கள் சுற்றுப்புறத்தைக் காப்பதற்கான வழிமுறைகள் ஆகியவற்றை படைப்புகளில் அதிகமாக வெளிப்படுத்தியுள்ளார். "கழிவுகள்" என்ற சிறுகதையில் தொழிற்சாலைக் கழிவு நீரால் குளம் பாதிக்கப்பட்டு மீன்கள் இறந்து போகின்றன.

"எங்கயாவது நெற கண்மாயில கொக்கு வராம இருக்குமா"

"மீனு இருந்தாத்தான் கொக்கு இருக்கும்"

"அதச் சொல்லும் ஒத்த அயிரயக் கூட காணுமே. பெறகு கொக்குக்கு இங்க என்ன வேல"

ரெங்கசாமி நாயக்கர், கிட்ணசாமி, விஞ்ஞானி நாயக்கரும் பேசிக்கொள்கின்றனர். பயிறு ஒரு முழத்துக்கு மேல் எழும்புவதில்லை. குளத்தில் விளையாடும் 'தானாப் பூச்சியக் காணோம். வெள்ளிக் குருத்தா மின்னும் கம்மாத் தண்ணி நிறம் மாறிப்போச்சு. கம்மாய் பெருகி மறுகால் போய்விட்டால் வீட்டில் நெல் வந்து குமிந்துவிடும். இரண்டு வருடங்களாகக் கண்மாய் மறுகால் ஓடியும் விளைச்சலில்லை. பயிர்க்கு இன்ன நோய்தான் என்று கணிக்க முடியவில்லை.

குருசாமி நாயக்கர் என்ற கரிசல்காட்டுச் சம்சாரியின் பட்டப் பெயர்தான் விஞ்ஞானி நாயக்கர். யூரியாவையும் பூச்சிக்கொல்லி மருந்தையும் தொடாத ஒரு சம்சாரி.

"ஆயிரத்தச் சொல்லுங்க இது மில்லுக்காரன் வேலதான். என்ன கழுதையோ கலந்திடுறான். அது சனியன் நமக்கு இன்னதுன்னு அடைபடல." பேசிக்கொண்டிருக்கும் போதே பயிர்களைப்

பிடுங்கிக் கட்டி எடுத்துக்கொண்டு விஞ்ஞானி நாயக்கர் விவசாய ஆராய்ச்சிப் பண்ணைக்குக் கிளம்பினார். முதலாளிகளின் பணம் பாதாளம் வரைக்கும் பாய்கிறது. விவசாயிகள் ஒன்று கூடி ஒரு மனு எழுதுகின்றனர். மூன்று மாதத்திற்குள் மில் முதலாளி இதைச் சரி செய்ய வேண்டும். கழிவு நீரைப் பாதிப்பில்லாமல் அவர் தொட்டியமைத்து விட வேண்டும் என்று மனு எழுதினார். மூன்று மாதத்திற்குள் சரிசெய்யப்படவில்லை என்றால் போராடப் போவதாகவும் முடிவெடுத்தனர்.

கோவில்பட்டியில் உள்ள பிரபலமான மில்லிற்கு அருகில் உள்ள குளத்தையே ஆசிரியர் இங்கே சுட்டிக் காட்டியிருக்கிறார். ஆலைக் கழிவு நீர்க் கலப்பால் விவசாயம் நலிவடைந்து போனதை இச்சிறுகதை எடுத்துக் காட்டுகிறது. லாப நோக்கில் ஆலைகள் நடத்தும் முதலாளிகள் இச்செயல்பாடுகளைக் கண்டு கொள்வதே இல்லை. விவசாயம் நலிவடைந்து வறுமை நிலவும் நேரத்தில்தான் உற்பத்திக் குறைவுக்கான காரணத்தை விவசாயிகள் கண்டுபிடிக்கின்றனர்.

“சோகவனம்” என்ற சிறுகதையில் மனிதன் இயற்கையினை அழித்துச் சூழல் அமைப்பினையே மாற்றிவிடுகின்றான் என்பதை இரு கிளிகளின் வழி புலப்படுத்துகின்றார். சூழல் அமைப்பு உயிர் மண்டலத்தில் உள்ள அனைத்தையும் இணைக்கும் சிக்கலான வலை. இதில் உயிரினங்கள், தாவரங்கள், நிலம், நீர், காற்று ஆகிய அனைத்தும் சிறப்பாய் இணைந்து செயல்படுகின்றன. இதில் ஏதாவது ஒரு பகுதியில் சிறு மாற்றம் நிகழ்ந்தாலும் மொத்த அமைப்பே பாதிக்கப்படும்.

“மனிதன் இயற்கையைத் தனது எதிரியாகக் கருதுகிறான். அதை அழித்து வெற்றி கொள்வதைப் பெருமையாகக் கருதுகின்றான். உண்மையில் இயற்கை மனித நுகர்விற்கான ஒரு சாதனமாகக் கருதுவது அழிவிற்கான அடிப்படை. சூழல் அமைப்பு சேதப்படாமல் இருக்கும் வரை மட்டுமே பூமியில் உயிர் வாழ்க்கை வாழச் சாத்தியம்.”

மனிதன் இயற்கையை நுகர்விற்குரியதாகக் கருதி செயல்பட்டமையால் ஏற்பட்ட விளைவுகளைப் பற்றி, “சோகவனம்” என்ற கதையில் கூறியிருக்கின்றார்.

ஜோடிக்கிளிகள் உல்லாசமாகப் பறந்து திரிந்து வாழ்கின்றன. பெண்கிளி கருவுற்று இருப்பதனால், முட்டையிடுவதற்கு இடம்

தேடி அலைகின்றது. கிளிகளின் வசிப்பிடம் மரப்பொந்துகள் தான். மரத்திலுள்ள கிளைகளில் கூடுகட்டி வாழுகின்ற பழக்கம் கிடையாது. முட்டையிடுவதற்குத் தேடி அலைந்து மரப்பொந்து கிடைக்காமையால், அப்பெண்கிளி தாய்வீட்டை நோக்கிப் பறந்து செல்கின்றது. இடங்கள் அனைத்தும் வித்தியாசமானதாக இருக்கின்றன. அடையாளங்களுக்கு நின்ற மரத்தையும் காணாது திகைத்து நிற்கின்றது.

“ஆஹா... எவ்வளவு பெரிய இலவமரம் தன் தாய் வீடாக இருந்தது” எனத் தனக்குத்தானே எண்ணிக் கொள்கின்றது. அப்பெண்கிளி தன் தாய், தனக்கு உணவு ஊட்டியதையும், தான் வளர்ந்த பொழுது அம்மரங்களின் குளிர்ச்சியே இதமானதாக இருந்ததையும், வெளியே முகமே தெரியாது நிழல் அடர்த்தியாக இருந்ததையும், இப்பொழுது மரம் இருந்ததற்கான சுவடே இன்றி காணப்படுகின்றதையும் கண்டு விக்கி நிற்கின்றது.

“உயிர்ப்பித்த பூமியா அத்தனை மரங்களையும் உள்வாங்கிக் கொண்டு ஏப்பம் விட்டது? கடுகளவு விதையையும் பெரிய மரமாக்கி வனமாக்கும் மண் நிச்சயமாய் விழுங்கியிருக்காது. மண்ணில் விழும் சருகுகள் கூட உரமாகி உயிர்பெற்று மரமாய்த் தானே வெளிவருகிறது. அப்படியெனில் இந்த மரங்கள் எங்கே போய் ஒளிந்து கொண்டன. பெரு நெருப்பில் கருகியிருந்தால் தடயம் எங்கே? சாம்பலையும் கூட உரமாக்கிச் செடிகளுக்கு அளித்து பூ, பிஞ்சு, காய், பழம், விதையெனச் சக்கரச் சுழற்சியின் விதிக்கு மண்தானே ஆதாரம். அப்படியிருக்க மண் நிச்சயமாய் விழுங்கியிருக்க முடியாது” என ஆசிரியர் கூறுவதன் மூலம் இயற்கை அழிவிற்கு மனிதன்தான் முக்கியக் காரணம் என்பதைத் திட்ட வட்டமாகக் கூறுகிறார்.

வயது முதிர்ந்த மரத்தில்தான் பொந்துகள் இருக்கும். மரம் இருந்ததற்கான சுவடே இல்லாத இடத்தில் பொந்துள்ள மரங்கள் இருப்பதற்குச் சாத்தியமில்லை. எனவே வேறு வழியில்லாது மொட்டைப் பனைமரத்தின் உச்சியில் சென்று முட்டையிடுகின்றது. அப்பனையை ஒட்டிச் சென்ற நெடுஞ்சாலையில் பல்வேறு விதமான வாகனங்களின் ஹாரன் சத்தம் காதைப் பிளக்கின்றது. அருகில் இருந்த தொழிற்சாலைகளிலிருந்து வெளிவருகின்ற சத்தம் வேறு. வெவ்வேறு விதமான ஒலிகள் எழுப்புகின்றன.

இவ்வாறு பலவிதமான ஒலிகள் இக்கிளிகளின் காதில் ஒலிக்கின்றன. பழங்களையே உண்ணக் கூடிய சிவந்த வாயினை

உடைய கிளிகள் காய்ந்த ரொட்டிகளையும், புளியோதரைப் பருக்கைகளையும் பிரியாணிச் சோற்றையும் உண்டு, அதனைத் தங்கள் குஞ்சுகளுக்கும் ஊட்டுகின்றன. இங்ஙனம் அக்கிளிகளின் உணவு முறையில் கூட மாற்றம் ஏற்பட்டுள்ளதைச் சுட்டிக்காட்டியுள்ளார்.

வாகனங்களிலிருந்து வெளிவருகின்ற பெட்ரோல், டீசல்களின் புகையில் கிளிகள் முகம் சுளிக்கின்றன. தண்ணீர்த் தாகத்தால் பறந்து திரிந்த ஆண்கிளி ஒரு சிறு நீரோடையைக் கண்டு, மகிழ்ந்து தண்ணீர் அருந்தச் செல்கின்றது. அந்நீரில் ஒர்க்ஸ் ஷாப்பிலிருந்து வெளியேறிய கழிவு நீர் கலந்து இருக்கின்றது எனக் கூறுவதன் மூலம் மரங்கள் அழிக்கப்பட்டு தொழிற்சாலையின் பெருக்கத்தினால் நீரும் மாசடைந்து கிடக்கின்றது என்பதைச் சித்தரித்துள்ளார்.

தாய்க்கிளி கற்றுக் கொடுத்த மொழி காதில் விழாது ஹாரன் சத்தங்களைக் கேட்டுப் பழகிய குஞ்சுக் கிளி தன் இனிய குரல் ஒலியினை மறந்து ஹாரன் சத்தங்களை ஒலிக்கின்றது. இங்ஙனம் சீர்கேடு அடைந்து ஏற்படக் கூடிய சுற்றுப்புற மாசுபாட்டால் மனிதன் மட்டுமின்றி பறவைகளும், விலங்குகளும் பாதிக்கப்படுகின்றன என்னும் உலகளாவிய பிரச்சினையைத் தனது "சோகவனம்" என்னும் சிறுகதையில் ஆழமாகப் பதிவு செய்துள்ளார்.

காற்று மாசுபடுவதைத் தடுக்க நிறைய மரங்களை நட வேண்டும். மரங்கள் சோலையாகக் காட்சியளிப்பின் மழையும் பெய்யும், மண்ணுக்கும் வளம், மனிதனுக்கும் நலம். இதை சூல் நாவலில் ஆசிரியர் பதிவு செய்திருக்கிறார். தாங்கள் செய்த பாவங்களுக்குப் பரிகாரங்களாக மரங்களை நடுவதும் தாகத்தில் தவிப்பவர்களுக்குத் தண்ணீரும் மோரும் தருவதும் சொல்லப்படுகின்றன.

நிறைசூலியாய் நிற்கும் உருளைக்குடிக் கண்மாயைக் கோடையில் தூர்வாரிச் செப்பனிட்டு நீர்த்தேக்கத்திற்கு வழிவகை செய்யும் ஊர் மக்கள் சுற்றுச் சூழல் வளம் பெருக்கிகளாகக் காட்டப்படுகின்றனர். இயற்கையோடு ஒன்றிணைந்த கிராம மக்கள், விவசாயத்தைக் கண்களாகப் பாவிக்கும் உழைப்பாளிகள், நாகரிக வளர்ச்சியில் உருளைக்குடிக் கண்மாயும் தப்பிக்க முடியாமல் சுதந்திரத்திற்குப் பிறகு சீர்குலைய பஞ்சாயத்து நிர்வாகம் காரணமாகிப் போகிறது.

"சூழலியல் எழுத்து மிகவும் குறைந்துவிட்டது. எழுத்தாளர் நக்கீரன் அதை செவ்வனே செய்கிறார். எழுத்தாளர் தியடோர் பாஸ்கரன் அற்புதமாக எழுதிவருகிறார். ஒரு அற்புதமான

படைப்பாளி. அவர் சூழலியல் எழுத்திற்கான முக்கியமான ஆளுமை அவர். என்னுடைய எழுத்துமே சூழலியல் சார்ந்ததுதான். மூன்று மாதத்திற்கு முன் தண்ணீருக்காக 18 சதவிகிதம் மக்கள் இடம்பெயர்வார்கள் என ஒரு அறிக்கை வெளியிட்டுள்ளது.

ஆப்பிரிக்காவில் நகரம் வாழத்தகுதியற்றதாக அறிவிக்கப்பட்டுவிட்டது. அண்டார்டிகா போன்ற பனிப்பிரதேசங்களில் நீர்நிலை உயர்ந்து அழிவுக்குள்ளாகும் பகுதிகளில் சென்னையும் இடம்பெறுகிறது. இதுபோன்ற விழிப்புணர்வு மக்களிடம் இல்லை" என்கிறார் தர்மன்.

இலக்கியச் சொற்பொழிவாளர்

தொழிற்கல்வியோடு நிறுத்திவிட்டு அதற்குமேல் படிப்பைத் தொடராத தர்மன் இலக்கிய வாசிப்பை விட்டுவிடவில்லை. தர்மனின் வாசிப்புத் தளம் விரிந்து பரந்தது. ஆண்டாளின் பாடல்களெல்லாம் கரிசல் காட்டுப் பெண்களின் கூக்குரல். வறுமையிலும் சொல்வளம் குறையா சத்திமுத்தப் புலவனின் நேசிப்பு. வழக்கிழந்த வட்டாரச் சொற்களை இலக்கியங்களிலிருந்து மீட்டெடுத்துப் பார்க்கும் இலக்கிய இரசனை. இவையெல்லாம் தர்மனின் சொற்பொழிவுகளில் மிளிர்பவை.

பள்ளிகள், கல்லூரிகள், பல்கலைக்கழகங்கள், இலக்கிய மன்றங்கள் என்று தன் பேச்சைப் பதிவு செய்துவருகிறார். தொலைக்காட்சிகளிலும் இலக்கியம், நீர்நிலைகள் பாதுகாப்பு, சுற்றுச்சூழல் பாதுகாப்பு எனப் பல்வேறு பொருண்மைகளில் பேசி வருகின்றார். குமுதம், விகடன், தடம் எனப் பல்வேறு இதழ்களில் இவருடைய இலக்கியச் சிந்தனைகள் குறித்த கருத்துக்கள் வெளிவந்தவண்ணம் உள்ளன.

முகநூலில் சமூக மாற்றத்திற்கான விதைகளையிடும் தர்மன்

15.10.2020 அன்றைய பதிவு, "சமீப காலமாக பத்திரிகைகளில் ஒரு செய்தி அடிபடுவதைப் பார்த்திருப்பீர்கள். அதாவது காவல் நிலையத்திற்கு யாரையும் அழைத்து வந்து விசாரிக்கக் கூடாது. புகார்தாரர் இருக்குமிடத்திற்குக் காவலர்கள் சென்று விசாரிக்க வேண்டும். அடுத்து எல்லாக் கிராமங்களுக்கும் கிராமக் காவலர்கள் நியமிக்கப்படுவார்கள் என்ற அறிவிப்பு.

இவையெல்லாம் இந்தத் தலைமுறைக்குப் புதுசாகத் தெரியும். ஆனால் இவைகள் எவ்வளவு பழைய விஷயங்கள் என்பது நிறையப்

பேருக்கு தெரியாது. எம்.ஜி.ஆர். ஆட்சிக்காலம் வரை கிராமங்களில் கிராமமுன்சீப் (வி.ஏ.ஓ) கணக்குப் பிள்ளை, தலையாரி மூன்று பேரும் அந்தந்த கிராமத்தில் குடியிருப்பவர்களாகவே இருப்பார்கள். கிராமத்தில் நடக்கும் எந்த விஷயங்களும் அவர்களுக்குத் தெரியாமல் நடக்காது.

ஒரு குற்றச்செயல் நடந்தால் போலீஸ்காரர்கள் வந்தவுடன் சந்திப்பது இந்த மூவரையும் தான். ஏனெனில் கிராம முன்சீப்பிடம் ஒரு எப்.ஐ.ஆர். பேரேடு இருக்கும். அதில் இவர்கள் என்ன எழுதியிருக்கிறார்கள் என்று படித்துப் பார்த்த பின்பே விசாரணையைத் தொடங்குவார்கள். அதன் அடிப்படையிலேயே விசாரித்து வழக்கு தாக்கல் செய்வார்கள். அந்த மூன்று பேர் தயாரித்த முதல் தகவல் அறிக்கை உச்ச நீதிமன்றம் வரையிலும் முதன்மை ஆவணமாக ஏற்றுக் கொள்ளப்பட்டு தண்டனை வழங்கப்படும்.

ஒரே இரவில் எம்.ஜி.ஆர்.அவர்கள் தமிழ்நாடு முழுவதும் கிராமமுன்சீப் பதவியை ஒழித்துவிட்டு கிராம நிர்வாக அலுவலர் அதாவது (village Administrative Officer)என்று ஒரு பதவியைக் கொண்டு வந்தார். அதாவது +2 பாஸ் பண்ணிய ஒருவர் பரீட்சை எழுதி வருவது. இவர்கள் தமிழ்நாட்டில் எந்த ஊரிலும் பணியாற்றலாம். அவர்கள் பணியாற்றும் அந்த ஊரில்தான் தங்க வேண்டும் என்பது சட்டம்.

அதேபோல் தலையாரியோ அந்த ஊருக்கு பரிட்சயமே இல்லாத ஒருவர் நியமிக்கப்படுகிறார். யாருமே கிராமத்தில் தங்குவதில்லை. பக்கத்து நகரத்தில் அறை எடுத்துத் தங்கிக்கொள்ள, தலையாரி அவருக்கு அங்கே வேலை செய்கிறார். சம்சாரிகள் இவர்களைத் தேடியலைந்துதான் பார்க்க வேண்டும். +2 முடித்துவிட்டு வருகிற ஒரு பையனுக்குக் கிராமத்தைப் பற்றி என்ன புரிதல் இருக்கும். பெரும்பாலும் பணம்....பணம்... என்ன வேண்டுமானாலும் எழுதித் தருவார்கள்.

இன்று நீதிமன்றங்களில் தேங்கிக் கிடக்கும் பாதிக்கும் மேற்பட்ட வழக்குகளுக்குக் காரணம் வருவாய்த் துறைதான் என்று ஆய்வறிக்கைகள் குறிப்பிடுகின்றன. இந்த வி.ஏ.ஓ.க்களை கட்டாயம் சட்டப்படி இரவில் கிராமங்களில் தங்க வேண்டும் என்று உத்திரவிட்டதன் காரணத்தினால்தான் சகாயம் ஐ.ஏ.எஸ். வீடு முற்றுகையிடப்பட்டது. ஆபாசமான கோஷங்கள் எழுப்பப்பட்டன. சகாயம் ஐ.ஏ.எஸ். பணியிட மாற்றம் செய்யப்பட்டார். இந்த

வி.ஏ.ஓ.க்களுக்கும் கிராமங்களுக்கும் ரிக்கார்டு வழி உறவு தவிர வேறு உறவுகள் இல்லை.

கிராமங்களில் பணியாற்றும் பள்ளி ஆசிரியர்கள், ஊர்நலப் பணியாளர், சத்துணவு அமைப்பாளர், டீச்சர், ஆயா, வயர்மேன், கால்நடை மருத்துவர் இன்னும் பலருக்குக் கிராமத்து ஜனங்களின் அறிமுகமே இல்லை. எங்கிருந்தோ வருவார்கள் யாரோ மாதிரி போவார்கள். இதுதான் இன்றைய கிராமம். மேலே நான் குறிப்பிட்டிருக்கிற பணியாளர்கள் அத்தனை பேருக்கும் யூனியன்கள் உண்டு. அதற்குத் தலைமை எந்தக்கட்சி என்று அனைவரும் அறிந்ததே. ஆனால் கிராம மக்களுக்கு யூனியன் கிடையாதே. பாவம் என்ன செய்வார்கள். தினம் தினம் இவர்களுடன் மல்லுக்கட்டியே சீரழிகிறார்கள். நானும்தான்.

அரசியல் சார்ந்த செய்திகளை எழுதுவதில் தயக்கம் காட்டுவதில்லை. அரசியலில் உள்ளவர்கள் செய்த நல்ல செயல்களை மக்களுக்கு எடுத்துச் சொல்வதிலும் சமூக முன்னேற்றத்திற்குத் தடையான செய்திகளையும் தம் முகநூல் பக்கத்தில் பதிவிட்டு இளைஞர்கள் மத்தியில் விழிப்புணர்வை ஏற்படுத்தி வருகிறார்.

மழையை மட்டுமே நம்பி வாழக்கூடிய மானாவாரிப் பூமியின் கந்தகக் கிடங்கு சிவகாசி என்றால் அது மிகையல்ல. அந்த ஊரின் அருகில் இருக்கிற ஊர்தான் விஸ்வநத்தம் கிராமம். அக்கிராமத்தில் “விஸ்வவனம்” என்கிற ஒரு அமைப்பு அங்குள்ள இளைஞர்களால் நடத்தப்பட்டு வருகிறது. அந்த அமைப்பில் 166 இளைஞர்கள் உறுப்பினர்களாக இருக்கிறார்கள். அவர்களுடைய முக்கியமான பணி இயற்கையைப் பாதுகாப்பது.

மரங்கள் நடுவது; கண்மாய் ஊரணி போன்ற நீர்நிலைகளை மீட்டுருவாக்கம் செய்து பயன்பாட்டுக்குக் கொண்டுவருவது; தண்ணீரின் அவசியம் பற்றி மக்களிடையே விழிப்புணர்வை உருவாக்குவதோடு காடுகளின் அவசியம் பற்றி எடுத்துரைப்பது ஆகியன.அந்த இளைஞர்கள் கொண்டாடிய சரஸ்வதி பூஜை ஆயுதபூஜை கொண்டாட்டத்தில் என்னுடைய “சூல்” நாவலையும் வைத்து வழிபட்டிருக்கிறார்கள். என்னிடம் பேசியவர் வங்காரிமாத்தாய் பற்றி பேசியபோது அசந்து போனேன்.

வங்காரிமாத்தாய் சுற்றுப்புறச்சூழல் பாதுகாப்பிற்காக குறிப்பாக வனங்களை உருவாக்க பெண்களை ஈடுபடுத்தியதற்காக 2004 ஆம் ஆண்டு நோபல் பரிசு பெற்ற முதல் ஆப்பிரிக்கப் பெண்மணி. இந்த

இளைஞர்களை எண்ணி சந்தோஷப்படுவதோடு ஒரு படைப்பாளி என்ற முறையில் புளகாங்கிதமடைகிறேன். ஒரு நல்ல படைப்பு தன்னுடைய இடத்தைத் தானே உருவாக்கிக்கொள்ளும் என்பதுதான் யதார்த்தம். விரைவில் அந்த விஸ்வவனம் இளைஞர்களைச் சந்திக்க உள்ளேன். அத்தோடு விஸ்வநத்தம் கிராமத்தையும் அவர்கள் உருவாக்கியுள்ள நீர் நிலைகளையும் மரங்களையும் நான் வணங்க வேண்டும். வாழ்த்துக்கள் விஸ்வவனம் இளைஞர்களுக்கு. (26.10.2020 அன்றைய முகநூல் பதிவு)

இச்செய்தி இளைஞர்களை ஊக்குவிக்கும் விதமாய் அமைந்திருக்கிறது. சுற்றுச்சூழல் குறித்த விழிப்புணர்வும் இளைஞர்கள் மேற்கொண்ட செயலும் பாராட்டுதற்குரியது. இம்மாதிரியான பதிவைப் பார்க்கும் பல ஆயிரம் இளைஞர்களுக்கும் இச்செய்தி நல்ல தூண்டுகோலாக அமைந்துள்ளது.

சமூகத்தில் லஞ்சமும் மக்களை ஏய்ப்பதும் புரையோடிப் போய்விட்டன. மனிதநேயமில்லாத இச்செயலை நுண்திருட்டாக தர்மன் குறிப்பிடுகிறார். இது குறித்து அவர் தன் முகநூல் பக்கத்தில் பின்வருமாறு குறிப்பிடுகிறார்.

"தூண்டிலில் தக்கை மிதப்பு இம்மி கூட அசையாமல் தூண்டில் முள்ளில் இருக்கும் இரையை களவாடக் கற்றுக் கொண்டு விட்டன மீன்கள். இப்போதெல்லாம் மீன்களே கிடைக்காமல் வெறும் தூண்டிலுடன்தான் வீடு திரும்புகிறேன். எப்படிக்கற்றுக் கொண்டன? யாரிடம் கற்றுக் கொண்டன? முழிச்சிருக்க முழியைத் தோண்டுவது என்பது சாதாரண விஷயமா என்ன? நீரலைகளின் அசைவுக்கும் மீன் இரையைக் கடித்து உள்ளிழுக்கும் அசைவுக்கும் வித்தியாசம் கண்டுபிடிக்க முடியாத இந்த நுண் திருட்டை யாரிடம் கற்றுக் கொண்டன. குழம்பிப் போனேன். தூண்டிலைச் சுற்றிச் சுற்றி வந்த கெண்டை மீனிடம் மெதுவாகப் பேச்சுக் கொடுத்தேன். கேட்டே விட்டேன்.

"தக்கை மிதப்பு அசையாமல் தூண்டில் முள்ளில் இருக்கும் இரையைக் களவாட யாரிடம் கற்றுக் கொண்டீர்கள்."

இலேசாக ஒரு எகத்தாளச் சிரிப்பு சிரித்துவிட்டு மீன் சொன்னது.

"ஒன்றியம், நகரம், மாவட்டம், பஞ்சாயத்துத் தலைவர்கள், எம்.எல்.ஏக்கள், எம்.பி.க்கள், மந்திரிகள் எல்லாம் எங்களுடன் நண்பர்களாகி விட்டார்கள் தெரியுமா" என்று சொல்லிவிட்டு தண்ணீருக்குள் மறைந்து போனது. திரும்பிப் பார்த்தேன் தரையில்

டப்பாவில் வைத்திருந்த இரையையும் காணோம்.'' (30.10.2020 அன்றைய பதிவு) இப்பதிவு சமூக மாற்றத்தை எதிர்நோக்கியதாக அமைந்திருக்கிறது.

மக்களை ஏமாற்றிப் பணம் பறிக்கும் கூட்டங்களாக அரசியல் பிரமுகர்கள் மாறிப்போனார்கள்.எளிய வழியில் பணம் சம்பாரிக்கும் வழிமுறையாக அரசியல் மாறிப்போய்விட்டது. மக்களுக்குச் சேவை செய்யும் மனப்பாங்கைவிட மொத்தப் பணத்தையும் சுருட்டுவதற்கு என்ன வழி என்பதாகவே அரசியல் களம் இன்றைக்கு மாறிப்போனதை உலகிற்கு இப்பதிவு எடுத்துக்காட்டுகின்றது.

உயர்நீதிமன்றத் தீர்ப்பாய் மாறிய தர்மனின் முகநூல் செய்தி

'இன்றைய செய்தி நாளைய வரலாறு' என்று செய்தியின் முக்கியத்துவத்தைக் குறிப்பிட இவ்வாசகம் சொல்லப்பட்டு வருவதை அறிவோம். தற்போது முகநூல் செய்தி வரலாறாக மாற்றம் கண்டிருக்கிறது. நீதியை நிலைநாட்ட நீதியரசருக்குத் துணைபுரிந்துள்ளது. எழுத்தாளர் தர்மனின் முகநூல் செய்தி இந்த மாற்றத்தை ஏற்படுத்தியிருக்கிறது. சமூகத்தில் நிலவும் அவலங்களை முகநூல் பக்கத்தில் தொடர்ந்து பதிவிட்டு பல்லாயிரக்கணக்கானோரின் பார்வைக்குக் கொண்டு சென்றுள்ளார். எழுத்துக்களால் சமூகத்தைப் புரட்டிப்போடும் வல்லமை எழுத்தாளர்களுக்கு உண்டு என்பதை இவர் எழுத்துக்கள் நிரூபித்திருக்கின்றன. சமூக வலைத்தளங்கள் ஒரு பக்கம் இளைஞர்களைப் பாதித்திருந்தாலும் நல்லவற்றை நாடறியச் செய்யும் சாதனமாகவும் இருக்கின்றது என்பதை இவர் பதிவு உறுதிப்படுத்தியுள்ளது.

நீதியரசருக்குத் தீர்ப்பாக (W.P.(MD) No.5485 of 2020) அமைந்த தர்மனின் 02.09.2020 அன்றைய முகநூல் பதிவு:

"நேற்று உச்சி மதியம். சுட்டெரிக்கும் வெய்யில். கண்மாய்க் கரை மரத்தடியில் உட்கார்ந்து தூண்டில் போட்டுக் கொண்டிருந்தேன். அந்தக் கண்மாயின் குத்தகைதாரர் என்னை மட்டுமே தூண்டில் போட அனுமதித்திருப்பதால் நான் மட்டுமே எப்போதும் தனித்திருப்பேன். சில நேரம் பயமாகக் கூட இருக்கும். இந்தத் தனிமைத் தவத்திற்காகவே நான் விரும்பிப் போய் தூண்டில் போடுகிறேன். திடீரென்று ஆளரவம் கேட்கவும் ஏறிட்டுப் பார்த்தால் நேராக என் தலைக்கு மேல் கரையில் திடகாத்திரமான ஒரு ஆறடி மனுஷர். கையில் நீண்ட கம்பு. கழுத்தில் தொங்கும் நீண்ட துண்டு.

மிகவும் பவ்யமாக வணக்கம் வைத்துப் பணிந்து கும்பிட்டார். தூண்டிலை வாகரையில் ஊன்றி விட்டுக் கரையேறினேன்.

“ஐயா என் பேர் காளியப்பக்கோனார். கிடை மாடுகள் மேய்ப்பவர்கள்” என்று சொல்லி விட்டு தூரத்தில் மேயும் மாடுகளைக் காட்டினார்.

“சரிய்யா இப்ப உங்களுக்கு என்ன வேணும்”

“இந்த மாடுகளுக்குத் தண்ணீர் குடிக்க நீங்க அனுமதிக்கணும் ஐயா” என்றார்.

அவர் இப்படிக் கேட்டதும் எனக்கு ஆச்சரியம். அவர் முகத்தையே உற்றுப் பார்த்தேன். அவர் சொன்னார். “ஐயா நாங்க கமுதியிலிருந்து வர்ரோம். அப்பிடியே மேற்குத்தொடர்ச்சி மலையடிவாரம் வரை போய்த் திரும்ப ஊர் போக ஆறு மாசமாகும். எல்லாக் கண்மாய்களையும் அரசு குத்தகைக்கு விட்ருச்சு. குத்தகைதாரர்கள் மாடுகளைத் தண்ணீர் குடிக்க அனுமதிப்பதில்லை. எங்களை அடித்து விரட்டுகிறார்கள். மாடுகளை கற்களால் எறிந்து விரட்டுகிறார்கள்” என்று அவர் சொன்ன போது என்னால் நம்ப முடியவில்லை.

இந்தக் குத்தகைதாரர் மிகவும் நல்லவர். தாராளமாகத் தண்ணீர் காட்டுங்கள் என்று சொன்னவுடன் கரையிலிருந்தபடியே ஒரு விசில் கொடுத்தார். எல்லா மாடுகளும் எங்களைப் பார்த்து வேகமாக வந்தன. கூடவே இன்னொருவரும் வந்தார். மொத்தம் 270 மாடுகள். காளை பசு கன்றுக்குட்டிகள். ஆனந்தமாகத் தண்ணீர் குடித்து நீச்சலும் அடித்தன. பல்வேறு தகவல்களை என்னிடம் பகிர்ந்து கொண்டார் கோனார்.

சம்சாரிகளின் பம்புசெட் கிணறுகளில் வாய்க்காலில் மாடுகள் தண்ணீர் குடிப்பதை இதுவரை எந்த சம்சாரியும் தடுத்ததில்லை என்றார். பெரும்பாலான கிணறுகளில் தண்ணீர் இல்லை என்றவர், குளங்களில் கண்மாய்களில் குடிப்பதுமாதிரி வாய்க்காலில் குடிப்பது நிறைவாக இருக்காது என்றார்.

நிறையக் கண்மாய்களில் பறவைகளை மீன்பிடிக்க விடாமல் கூடுகட்ட விடாமல் குத்தகைதாரர்கள் வெடிவெடித்து விரட்டுகிறார்கள் என்று அவர் சொன்ன போது நான் மௌனித்துப் போனேன். அரசு கண்மாய்களை குத்தகை என்ற பேரில் பாக்டரிகளாக மாற்றி விட்டது. லாபநோக்கில் வியாபாரியாகச் செயல்படுகிறார்கள் குத்தகைதாரர்கள். ஏற்கனவே வருவாய்த்துறை, பொதுப்பணித்துறை,

வனத்துறை, கனிமவளத்துறை போன்றவற்றால் கண்காணிப்பு என்ற பேரில் ஊர்மக்களுக்கும் கண்மாய்க்குமான உறவை நாசப்படுத்திவிட்டது அரசு.

இப்போது குத்தகைதாரர்கள் பறவைகளுக்கும் கால் நடைகளுக்குமான தொடர்பைத் துண்டித்து விட்டார்கள். அப்படியானால் இந்தக் கண்மாய்களை ஏரிகளை ஊருணிகளை தெப்பங்களை நீராவிகளை நம் முன்னோர்கள் யாருக்காக உருவாக்கினார்கள். கொஞ்சம் யோசித்துப் பாருங்கள். மாடுகள் பற்றியும் அவர்களின் வாழ்க்கை பற்றியும் ஒரு குறுநாவல் எழுதப் போகிறேன்.

சைபீரியாவிலிருந்து பல்லாயிரம் கிலோமீட்டர்கள் பறந்து வந்து தமிழ்நாட்டுக்கு வருகிற ஒரு கொக்கை இங்கே கூடுகட்டி இனப்பெருக்கம் செய்ய விடாமலும் மீன் பிடித்துப் பசியாற விடாமலும் நாம் விரட்டினால் அது நம்மைப் பற்றி என்ன நினைக்கும். "யாதும் ஊரே யாவரும் கேளிர்" என்று உலகுக்கே பொதுமறை சொன்ன கணியன் பூங்குன்றன் வாழ்ந்த பூமியா இது.

"வாடிய பயிரைக் கண்ட போதெல்லாம் வாடினேன்" என்றாரே வள்ளலார். அவர் காலடிபட்ட மண்ணா இது? "காக்கைக் குருவி எங்கள் ஜாதி" என்றானே எட்டயபுரத்து மகாகவி பாரதி அவர் வாழ்ந்த பூமியா இது? என்று நினைக்குமா இல்லையா?. பட்சி தோஷமும் தாகத்துக்குத் தண்ணீர் கிடைக்காத வாயில்லா ஜீவன்களின் வயிற்றெரிச்சலும் இந்த ஆட்சியாளர்களைச் சுட்டெரிக்கும்.

தயவு செய்து கண்மாய்களைக் குத்தகைக்கு விட்டு கம்பெனியாக்குவதை நிறுத்துங்கள். கண்மாய்களும் நீர் நிலைகளும் ஒரு நாட்டின் இரத்த நாளங்கள் என்பதைப் பகுத்தறிவு உங்களுக்குச் சொல்லவில்லையா. அப்படியானால் நீங்கள் பேசுகின்ற பகுத்தறிவுக்கு என்ன அர்த்தம்" என்று குறிப்பிட்டுள்ளார்.

கண்மாய், ஏரி போன்ற நீர் நிலைகளை ஏலம் விடும் விவகாரத்தில், பொதுமக்களுக்கு உள்ள மீன் பிடிக்கும் உரிமை தொடர்பான ஒரு பொதுநல வழக்கில், உயர் நீதிமன்றம் எழுத்தாளர் சோ.தர்மன் முகநூல் (Facebook) பதிவை மேற்கோள்காட்டித் தீர்ப்பளித்துள்ளது.

சென்னை உயர் நீதிமன்றத்தில் வழக்கறிஞரும் மனித உரிமைச் செயல்பாட்டாளருமான லஜபதிராய் சென்னை உயர் நீதிமன்ற

மதுரைக் கிளையில், போடி அருகே அம்மாபட்டி கிராமத்தில் உள்ள போடி மீனாட்சி அம்மன் கண்மாயில் மீன் பிடிக்க ஏலம் எடுத்தது குறித்தும், நீர் நிலையில் பொதுமக்கள் மற்றும் நுகர்வோர்களுக்கு உள்ள மீன் பிடிக்கும் உரிமை மற்றும் கண்மாய்த் தண்ணீர் பயன்படுத்துவது குறித்தும் பொதுநல வழக்குத் தொடர்ந்திருந்தார்.

இந்த வழக்கை விசாரித்த உயர் நீதிமன்ற நீதிபதி ஜி.ஆர். சுவாமிநாதன், எழுத்தாளர் சோ.தர்மன் முகநூல் பதிவை மேற்கோள் காட்டித் தீர்ப்பளித்துள்ளார். அதில், கண்மாய் போன்ற நீர் நிலைகளை ஏலம் விடும் நடைமுறைகளை மாற்றுங்கள். நுகர்வோருக்கு உள்ள உரிமைகளை உறுதிப்படுத்துங்கள் என்று அறிவுறுத்தியுள்ளார். இது குறித்து, எழுத்தாளர் சோ.தர்மன் தனது முகநூல் பக்கத்தில், தனது பதிவை உயர்நீதிமன்ற நீதிபதி அப்படியே மேற்கோள் காட்டி தீர்ப்பளித்துள்ளதாகவும், அதைக் குறிப்பிட்டு வழக்கறிஞர்கள் தனக்கு வாழ்த்துக் கூறியதாகவும் குறிப்பிட்டுள்ளார். முகநூல் செய்தி வருமாறு,

“இன்று காலையிலேயே இரண்டு மூன்று வக்கீல்களிடமிருந்து ஃபோன் அழைப்புக்கள். வாழ்த்து தெரிவித்தார்கள். ஆச்சரியப்பட்டுப் போனேன்.

அதாவது மதுரை உயர்நீதிமன்றத்தில் ஜி.ஆர்.சுவாமிநாதன் என்கிற நீதியரசர் என்னுடைய முகநூல் பதிவை மேற்கோள் காட்டி ஒரு தீர்ப்பு வழங்கியிருப்பதாகச் சொல்லி தீர்ப்பின் நகலை எனக்கு அனுப்பினார்கள். பதினோரு பக்கங்கள் கொண்ட அந்தத் தீர்ப்பில் என் முகநூல் பதிவை அப்படியே எடுத்துப் பயன்படுத்தியிருக்கிறார்கள். அதோடு இல்லாமல் அரசுக்குச் சில ஆலோசனைகளை வழங்குகிறார்கள்.

“கண்மாய் போன்ற நீர் நிலைகளை ஏலம் விடும் நடைமுறைகளை மாற்றுங்கள். நுகர்வோருக்கு உள்ள உரிமைகளை உறுதிப்படுத்துங்கள் என்று அறிவுறுத்துகிறார்கள். சாகித்திய அகாடெமி விருது பெற்ற எழுத்தாளர் சோ.தர்மனின் பதிவைப் பாருங்கள்” என்று எடுத்துக் காட்டுகிறார்கள்.

சாதாரணமான ஒரு முகநூல் பதிவு உயர்நீதிமன்றத்தின் தீர்ப்பில் இடம்பெற்று இதைப் பின்பற்றும்படி அரசின் நடவடிக்கைகளை மாற்றிக்கொள்ளப் பரிந்துரைக்கிறது. ஒரு உயர்நீதிமன்றத் தீர்ப்பு என்பது இந்திய அரசின் ஆவணம். காலாகாலத்திற்கும் பாதுகாக்கப்படும். பல்வேறு சட்ட நிபுணர்கள் வழக்கறிஞர்களால்

வாசிக்கப்படும். நான் மிகவும் சந்தோஷமாக இருக்கிறேன். ஒரு படைப்பாளி என்ற முறையில் புளகாங்கிதமடைகிறேன். என்னுடைய முகநூல் நண்பர்கள் சார்பாகவும் தமிழ்நாட்டின் அனைத்துப் படைப்பாளிகளின் சார்பாகவும் உயர்நீதிமன்ற நீதியரசர் மதிப்பிற்குரிய ஐயா ஜி.ஆர்.சுவாமிநாதன் அவர்களுக்கு மனமார்ந்த நன்றியைத் தெரிவித்துக்கொள்கிறேன்.

தமிழ்நாடு அரசு நீர்நிலைகளில் நுகர்வோருக்கு உள்ள உரிமைகளை நிலைநாட்டி ஏலம் விடும் நடைமுறைகளை மாற்ற வேண்டும் என்று கேட்டுக்கொள்கிறேன். நன்றி.

ஒரு எழுத்தாளரின் முகநூல் பதிவு உயர் நீதிமன்றத் தீர்ப்பில் இடம் பெறுவது என்பது அந்த எழுத்தாளனுக்கு அளிக்கப்பட்ட கௌரவமாகக் கருதப்படுகிறது. இதே போல, ஓய்வு பெற்ற உயர் நீதிமன்ற நீதிபதி சந்துரு பணியில் இருந்தபோது எழுத்தாளர்களின் வரிகளையும் சினிமாவில் இடம்பெற்ற தத்துவப் பாடல்களையும் மேற்கோள் காட்டி திருப்புமுனைத் தீர்ப்புகளை வழங்கியுள்ளார் என்பது குறிப்பிடத்தக்கது.

இது குறித்து மூத்த வழக்கறிஞரும் பேராசிரியருமான திரு ஜி.தியாகராஜன் செப்டெம்பர் 27 அன்று நியூஸ் 7 தொலைக்காட்சிக்கு அளித்த பேட்டியில், அவர் பகிர்ந்து கொண்ட கருத்துகள் கவனிக்கப்பட வேண்டியவையாகும். அவரிடம் "ஒரு முகநூல் பகுதி அப்படிங்கறது உயர் நீதிமன்றத் தீர்ப்புரையாக மாறியிருக்கிறது. இதெல்லாம் பெரிய வியப்பை ஏற்படுத்தியிருக்கிறது" என்று கேட்டபோது,

"தமிழ் இலக்கியங்கள் குறிப்பாக நாவல் வசனங்கள் பெரிதாகப் பார்க்கப்படுகின்றன. நீதிபதிகள் இதையெல்லாம் கவனிக்கிறார்கள். உதாரணமாக சமீபத்தில் தீர்ப்புரை வழங்கிய நீதிபதி ஜி.ஆர். சுவாமிநாதன் சூல் நாவல் எழுதிய தர்மனின் முகநூல் பதிவில் சொல்லப்பட்ட செய்தியைத் தீர்ப்பில் குறிப்பிடுகிறார். தர்மனின் அப்பதிவை தியாகராஜன் விவரிக்கிறார். உரிமம் வழங்குவதில் அரசினுடைய துறைகளாகிய பொதுப்பணித்துறை, வருவாய்த் துறை, உள்ளாட்சித்துறை, வனத்துறை, கனிமவளத்துறை, மீன் வளத்துறை என்ற பல துறைகள் சம்பந்தப்படுகின்றன. உரிமம் எடுத்தவர்களையும் உரிமம் வழங்கும் அரசுத் துறைகளையும் முகநூல் செய்தி கேள்வி கேட்பதாக அமைந்துள்ளது.

நீர் நிலைகள் உயிரினங்களின் ரத்த நாளங்கள். அவை உரிமம் என்கிற பெயரில் கமர்ஷியல் எஸ்டாப்ளிஷ்மென்ட்டாக மாறிவிடக் கூடாது. உரிமம் வழங்கும் துறைகளும் சரி, அரசும் சரி, தமிழர்களின் மரபு மாறாமல் காலங்காலமாக இருந்து கொண்டிருக்கக்கூடிய பழக்கவழக்கங்கள் மாறாமல் பார்க்கவேண்டும்.

நீதிபதிகள் வெறும் தீர்ப்பாக மட்டும் அமைந்துவிடாமல் எந்த நேரத்தில் மக்களுக்கு எது சரியாக இருக்குமோ அதைத் தீர்ப்பாக வழங்கிச் சிறப்பித்திருக்கிறார்கள். எங்களுக்கெல்லாம் இது ஒரு ஆச்சரியம். சோ.தர்மனுக்கும் இது ஒரு பெரிய வெற்றியாக இருக்கக்கூடும்" என்று விரிவாகவும் தெளிவாகவும் தொலைக்காட்சியில் பேசியிருப்பது எழுத்துலகிற்குக் கிடைத்த மாபெரும் வெற்றியாகும்.

***

குறிப்புகள்